สุดยอดตำรา

สูตรอาหารชวนน้ำลายสอ 100 สูตรพร้อมภาพสีสวยงาม
เพื่อช่วยให้คุณจำลองอาหารจีนจานโปรดที่บ้าน

เฟย์ คอนเนอร์

ข้อจำกัดความรับผิดชอบ
ข้อมูลที่มีอยู่ในหนังสือเล่มนี้มีวัตถุประสงค์เพื่อใช้เป็นการรวบรวมกลยุทธ์ที่ผู้เขียนหนังสือเล่มนี้ได้ค้นคว้า ผู้เขียนแนะนำบทสรุป กลยุทธ์ เคล็ดลับและลูกเล่นเท่านั้น
และการอ่านหนังสือเล่มนี้ไม่ได้รับประกันว่าผลลัพธ์จะสะท้อนถึงผลลัพธ์ของผู้เขียนอย่างแน่นอน
ผู้เขียนหนังสือเล่มนี้ได้พยายามอย่างยิ่งที่จะให้ข้อมูลที่เป็นปัจจุบันและถูกต้องสำหรับผู้อ่านหนังสือเล่มนี้
ผู้เขียนและผู้เกี่ยวข้องจะไม่รับผิดชอบต่อข้อผิดพลาดหรือการละเว้นใดๆ ที่อาจเกิดขึ้นโดยไม่ได้ตั้งใจ
เนื้อหาในหนังสือเล่มนี้อาจมีข้อมูลจากบุคคลที่สาม
เนื้อหาของบุคคลที่สามประกอบด้วยความคิดเห็นที่แสดงโดยเจ้าของ
ด้วยเหตุนี้ผู้เขียนหนังสือเล่มนี้จึงไม่ต้องรับผิดชอบหรือรับผิดต่อเนื้อหาหรือความคิดเห็นของบุคคลที่สาม
ไม่ว่าจะเป็นเพราะความก้าวหน้าของอินเทอร์เน็ตหรือการเปลี่ยนแปลงที่ไม่คาดคิดในนโยบายของบริษัทและแนวทางการส่งบรรณาธิการ
สิ่งใดก็ตามที่ระบุว่าเป็นข้อเท็จจริงในขณะที่เขียนบทความนี้อาจล้าสมัยหรือใช้ไม่ได้ในภายหลัง

การแนะนำ

อาหารจีนแบบซื้อกลับบ้านเป็นที่นิยมสำหรับมื้ออาหารง่ายๆ ที่สามารถส่งถึงบ้านได้

Takeout at Home เป็นตำราอาหารจีนที่ครอบคลุมซึ่งนำเสนอสูตรอาหารจีนต้นตำรับที่ทำตามได้ง่ายสำหรับอาหารจีนที่คุณโปรดปราน ไม่ว่าคุณจะเป็นแฟนของอาหารเสฉวนรสจัดจ้านหรือกระหายรสชาติเผ็ดร้อนของอาหารกวางตุ้ง ตำราอาหารเล่มนี้มีทุกอย่าง

ในตำราอาหารเล่มนี้ คุณจะได้พบกับ 100 สูตรอาหารจีนหลากหลายชนิดที่ชวนน้ำลายสอ รวมถึงอาหารเรียกน้ำย่อย อาหารจานหลัก ซุป และของหวาน แต่ละสูตรทำตามได้ง่ายและมีคำแนะนำโดยละเอียด ตลอดจนข้อมูลเกี่ยวกับส่วนผสมที่ใช้และความสำคัญทางวัฒนธรรมในอาหารจีน

เพื่อให้ประสบการณ์การทำอาหารของคุณสนุกยิ่งขึ้น แต่ละสูตรอาหารกว่า 100 สูตรมาพร้อมกับภาพสีที่สวยงาม มีรูปภาพสี 100 รูป (สำหรับแต่ละสูตร) ช่วยให้คุณทำซ้ำอาหารจีนที่คุณโปรดปรานที่บ้านได้อย่างง่ายดาย

ไม่ว่าคุณจะเพิ่งหัดทำอาหารจีนหรือเชฟที่มีประสบการณ์ Takeout at Home คือตำราอาหารที่สมบูรณ์แบบสำหรับคุณ ด้วยสูตรอาหารต้นตำรับและคำแนะนำที่ทำตามได้ง่าย คุณจึงสามารถเพลิดเพลินกับอาหารจีนจานโปรดจากความสะดวกสบายในบ้านของคุณเอง

จะเป็นอย่างไรหากคุณสามารถทำอาหารที่มีคุณภาพเท่ากันหรือดีกว่าโดยมีค่าใช้จ่ายเพียงเล็กน้อยโดยรู้ส่วนผสมแต่ละอย่างในอาหารของคุณโดยไม่สูญเสียรสชาติ ฟังดูเหมือนส่วนผสมที่ชนะและหนังสือสูตรอาหารจีน Take Out เล่มนี้ก็ทำตามคำสัญญานั้น!

1. ไก่ผัดเปรี้ยวหวาน

ทำให้: 8

วัตถุดิบ:

- 1 (8 ออนซ์) ชิ้นสับปะรดกระป๋อง, เนื้อ (น้ำผลไม้ที่สงวนไว้)
- แป้งข้าวโพด ¼ ถ้วยตวง
- 1¾ถ้วยน้ำแบ่ง
- ¾ ถ้วยน้ำตาลทรายขาว
- น้ำส้มสายชูกลั่นขาว ½ ถ้วยตวง
- สีผสมอาหารสีส้ม 2 หยด
- อกไก่ไม่มีกระดูก 8 ชิ้นหั่นสี่เหลี่ยมลูกเต๋า
- แป้งที่ขึ้นเอง 2 ¼ ถ้วยตวง
- 2 ช้อนโต๊ะ น้ำมันพืช
- 2 ช้อนโต๊ะ แป้งข้าวโพด
- เกลือ ½ ช้อนชา
- ¼ ช้อนชา พริกไทยขาวป่น
- 1 ไข่
- น้ำ 1 ½ ถ้วยตวง
- น้ำมันพืชสำหรับทอด 1 ควอท
- 2 พริกหยวกสีเขียวหั่นเป็นชิ้นขนาด 1 นิ้ว

คำแนะนำ:

a) ในกระทะใส่น้ำ 1 ½ถ้วยกับน้ำส้มสายชู น้ำสับปะรด น้ำตาลและสีผสมอาหารสีส้ม ปล่อยให้เดือดจนเดือดปิดไฟ

b) ตอนนี้ผสมแป้งข้าวโพด ¼ ถ้วยกับน้ำ ¼ ถ้วย แล้วเทลงในกระทะโดยคนอย่างต่อเนื่อง วางกัน

c) ในชามใส่แป้ง แป้งข้าวโพด 2 ช้อนโต๊ะ ไข่ น้ำมัน 2 ช้อนโต๊ะ น้ำเกลือ และพริกไทยขาว ผสมให้เข้ากัน

d) ตอนนี้ใส่ชิ้นไก่ลงในแป้งนี้แล้วคนให้เข้ากัน

e) ตั้งน้ำมันในกระทะแล้วใส่ชิ้นไก่ลงทอดจนเหลืองสวย

f) ตักใส่จานเสิร์ฟพร้อมพริกหยวกและสับปะรดชิ้น ราดด้วยซอสเผ็ดร้อน

2. เค้กหัวหอมสีเขียว

ทำให้: 8

วัตถุดิบ:

- แป้งขนมปัง 3 ถ้วยตวง
- น้ำเดือด 1 ¼ ถ้วยตวง
- 2 ช้อนโต๊ะ น้ำมันพืช
- เกลือและพริกไทยเพื่อลิ้มรส
- 1 พวงหัวหอมสีเขียวสับละเอียด
- 2 ช้อนชา น้ำมันพืช

คำแนะนำ:

a) ในชามใส่แป้งและน้ำ นวดแป้งแล้วคลุมด้วยแผ่นพลาสติก ทิ้งไว้ 30 นาที
b) แบ่งแป้งออกเป็น 16 ส่วนเท่าๆ กัน แล้วแผ่ออกเป็นแผ่นหนา ¼ นิ้ว
c) ทาน้ำมันและปรุงรสด้วยเกลือและพริกไทย
d) ใส่ต้นหอม 1 ช้อนโต๊ะแล้วม้วนขึ้นในลักษณะซิการ์
e) แผ่ออกเป็นแผ่นขนาด ¼ นิ้วอีกครั้ง
f) ตั้งน้ำมันในกระทะและทอดเค้กแต่ละชิ้นจนเหลืองสวยจากทั้งสองด้าน
g) เสิร์ฟและเพลิดเพลิน

3. กุ้งเผาไก่

ทำให้: 4

วัตถุดิบ:

- อกไก่ไม่มีกระดูกไม่มีหนัง 1 ปอนด์หั่นสี่เหลี่ยมลูกเต๋า
- 2 ช้อนโต๊ะ ล. ไวน์ขาว
- ซีอิ๊วขาว 2 ช้อนโต๊ะ
- 2 ช้อนโต๊ะ น้ำมันงา แบ่งไว้
- แป้งข้าวโพด 2 ช้อนโต๊ะ ละลายในน้ำ 2 ช้อนโต๊ะ
- พริกขี้หนูร้อน 1 ออนซ์
- 1 ช้อนชา น้ำส้มสายชูกลั่นขาว
- 2 ช้อนชา น้ำตาลทรายแดง
- 4 หัวหอมสีเขียวสับ
- กระเทียมสับ 1 ช้อนโต๊ะ
- 1 (8 ออนซ์) กระป๋องน้ำเกาลัด
- 4 ออนซ์ ถั่วลิสงสับ

คำแนะนำ:

a) ในชามใส่ซอสถั่วเหลือง 1 ช้อนโต๊ะ น้ำมัน ไวน์ 1 ช้อนโต๊ะ แป้งข้าวโพด ผสมให้เข้ากัน

b) ใส่ไก่ชิ้นลงไปผัดให้เข้ากัน
c) ปิดฝาและนำเข้าตู้เย็นเป็นเวลา 30 นาที
d) ใส่ไวน์ 1 ช้อนโต๊ะ น้ำมัน ซอสถั่วเหลือง 1 ช้อนโต๊ะ แป้งข้าวโพด หัวหอมแห้ว ถั่วลิสง และกระเทียมลงในกระทะ ปรุงอาหารประมาณ 5-10 นาที
e) ใส่ไก่ในกระทะแยกต่างหากและทอดประมาณ 10-15 นาทีแล้วนำไปใส่ในซอส
f) ปรุงอาหารประมาณ 10-15 นาทีแล้วปิดไฟ

4. ซี่โครงหมูอบ

ทำให้: 2

วัตถุดิบ:

- 3 ช้อนโต๊ะ ซอสฮอยซิน
- ซอสมะเขือเทศ 1 ช้อนโต๊ะ
- น้ำผึ้ง 1 ช้อนโต๊ะ
- ซีอิ๊วขาว 1 ช้อนโต๊ะ
- สาเก 1 ช้อนโต๊ะ
- น้ำส้มสายชูข้าว 1 ช้อนชา
- น้ำมะนาว 1 ช้อนชา
- 1 ช้อนชา ขิงสดขูด
- ½ ช้อนชา กระเทียมสดขูด
- ¼ ช้อนชา ผงเครื่องเทศห้าชนิดของจีน
- ซี่โครงหมู 1 ปอนด์

คำแนะนำ:

a) ใส่น้ำผึ้ง ซอสมะเขือเทศ ซอสถั่วเหลือง ซอสฮอยซิน สาเก น้ำมะนาว น้ำส้มสายชูข้าว ขิง ผงเครื่องเทศห้าชนิด และกระเทียมลงในชามโยนให้เข้ากัน

b) ใส่ซี่โครงลงในส่วนผสมนี้แล้วคนให้เข้ากัน ใส่ในตู้เย็นเป็นเวลา 2-3 ชั่วโมง

c) เปิดเตาอบที่ 325 องศา

d) เติมน้ำลงในถาดไก่เนื้อเพื่อให้ครอบคลุมด้านล่าง
วางตะแกรงในชั้นลองและถ่ายโอนซี่โครงบนชั้นวางนี้

e) ย้ายชั้นวางเข้าเตาอบ

f) ปล่อยให้ปรุงอาหารเป็นเวลา 40 นาทีจนเป็นสีน้ำตาลทอง

g) เสิร์ฟร้อนและเพลิดเพลิน

5. ข้าวผัดไก่แบบจีน

ทำให้: 4

วัตถุดิบ:

- 1 ไข่
- น้ำ 1 ช้อนโต๊ะ
- เนย 1 ช้อนโต๊ะ
- 1 ช้อนโต๊ะ น้ำมันพืช
- 1 หัวหอมสับ
- ข้าวขาวสุกเย็น 2 ถ้วยตวง
- ซีอิ๊วขาว 2 ช้อนโต๊ะ
- 1 ช้อนชาพริกไทยดำบด
- ปรุงสุก 1 ถ้วย, เนื้อไก่สับ

คำแนะนำ:

a) ใช้ชามใส่น้ำและไข่ตีให้เข้ากัน

b) ละลายเนยในกระทะใส่ส่วนผสมของไข่ลงไปผัดประมาณ 1-2 นาที ตัดเป็นชิ้นหลังจากนำออกจากความร้อน

c) นำกระทะตั้งไฟใส่น้ำมัน เจียวหอมใหญ่ 1-2 นาที

d) ใส่ไก่ ซีอิ๊วขาว พริกไทย ผัดประมาณ 5 นาที

e) ใส่ไข่ต้มและข้าวสวย คลุกเคล้าให้เข้ากัน ปิดไฟ

f) ให้บริการ.

6. กุ้งเสฉวน

ทำให้: 4

วัตถุดิบ:

- 4 ช้อนโต๊ะ น้ำ
- 2 ช้อนโต๊ะ ซอสมะเขือเทศ
- ซีอิ๊วขาว 1 ช้อนโต๊ะ
- 2 ช้อนชา แป้งข้าวโพด
- น้ำผึ้ง 1 ช้อนชา
- ½ ช้อนชา พริกแดงบด
- ¼ ช้อนชา ขิงบด
- 1 ช้อนโต๊ะ น้ำมันพืช
- หัวหอมหั่นฝอย ¼ ถ้วยตวง
- 4 กลีบกระเทียมสับ
- กุ้งต้ม 12 ออนซ์ แกะหางออก

คำแนะนำ:

a) นำภาชนะใส่และผสมซอสมะเขือเทศ น้ำ ซอสถั่วเหลือง พริกหยวก น้ำผึ้ง ขิง และแป้งข้าวโพด วางกัน
b) ตั้งน้ำมันในกระทะและผัดหัวหอมกับกระเทียมประมาณ 1-2 นาที

c) ตอนนี้เพิ่มกุ้งและทอดเป็นเวลา 5 นาที
d) เทซอสและผสมให้เข้ากัน
e) ปรุงอาหารประมาณ 10-15 นาทีด้วยไฟปานกลางหรือจนซอสเป็นฟอง

7. ร้านอาหารสไตล์เนื้อวัวและผักชนิดหนึ่ง

ทำให้: 4

วัตถุดิบ:

- ซอสหอยนางรม ⅓ ถ้วยตวง
- 2 ช้อนชา น้ำมันงาเอเชีย (ปิ้ง)
- ⅓ ถ้วยเชอร์รี่
- ซีอิ๊วขาว 1 ช้อนชา
- 1 ช้อนชา น้ำตาลทรายขาว
- 1 ช้อนชา Cornstarch¾ สเต็กเนื้อปอนด์หั่นเป็นเส้นหนา⅛นิ้ว
- น้ำมันพืช 3 ช้อนโต๊ะ และอีกมากหากจำเป็น
- รากขิงสดฝานบางๆ 1 ชิ้น
- กระเทียม 1 กลีบ ปอกเปลือกและทุบ
- บรอกโคลี 1 ปอนด์หั่นเป็นดอก

คำแนะนำ:

a) ในชามขนาดกลาง ใส่น้ำมันงา น้ำตาล ซีอิ๊วขาว แป้งข้าวโพด ซอสหอยนางรม และเชอร์รี่ ผสมให้เข้ากัน

b) เพิ่มชิ้นสเต็กและถูส่วนผสมบนสเต็กด้วยมือที่สะอาด ใส่ในตู้เย็นเป็นเวลา 30 นาที

c) ตั้งน้ำมันในกระทะและเจียวกระเทียมขิงประมาณ 1-2 นาที
d) นำกระเทียมขิงออกแล้วใส่บรอกโคลีลงไปผัดประมาณ 6-7 นาที ตักใส่จานพักไว้
e) ตอนนี้ในกระทะเดียวกันเพิ่มสเต็กและปล่อยให้ปรุงอาหารจนนุ่ม
f) โอนบรอกโคลีทอดและปรุงอาหารเป็นเวลา 4-5 นาที
g) เสิร์ฟและเพลิดเพลิน

8. ไก่ทั่วไป

ทำให้: 6

วัตถุดิบ:

- น้ำมันพืชสำหรับทอด 4 ถ้วยตวง
- 1 ไข่
- 1 ½ ปอนด์ น่องไก่ไม่มีกระดูก ไม่มีหนัง หั่นสี่เหลี่ยมลูกเต๋า
- เกลือ 1 ช้อนชา
- 1 ช้อนชา น้ำตาลทรายขาว
- พริกไทยขาว 1 หยิบมือ
- แป้งข้าวโพด 1 ถ้วยตวง
- 2 ช้อนโต๊ะ น้ำมันพืช
- 3 ช้อนโต๊ะ ต้นหอมสับ
- 1 กานพลูกระเทียมสับ
- 6 พริกแดงแห้งทั้งหมด
- ผิวส้ม 1 แถบ
- น้ำตาลทรายขาว ½ ถ้วยตวง
- ¼ ช้อนชา ขิงบด
- 3 ช้อนโต๊ะ น้ำซุปไก่
- น้ำส้มสายชูข้าว 1 ช้อนโต๊ะ

- ซอสถั่วเหลือง ¼ ถ้วยตวง
- 2 ช้อนชา น้ำมันงา
- 2 ช้อนโต๊ะ น้ำมันถั่วลิสง
- 2 ช้อนชา แป้งข้าวโพด
- น้ำ ¼ ถ้วยตวง

คำแนะนำ:

a) ในชามใส่ไข่, เกลือ, พริกไทยขาว, แป้งข้าวโพด 1 ถ้วย, น้ำตาลและตีให้เข้ากัน

b) ใส่ไก่ก้อนลงไปผัดให้เข้ากัน

c) อุ่นน้ำมันพืช 3 ถ้วยตวงในกระทะ ใส่ไก่ก้อนลงไปปล่อยให้สุกจนเป็นสีเหลืองทอง

d) จากนั้นนำไปวางบนกระดาษเช็ดมือและซับน้ำมันส่วนเกินออก

e) ตั้งกระทะใส่น้ำมันพืช 2 ช้อนโต๊ะ แล้วผัดหัวหอม ผิวส้ม พริกและกระเทียมประมาณ 1-2 นาที

f) ตอนนี้ใส่น้ำซุปไก่ น้ำตาล 1.2 ถ้วย น้ำส้มสายชู น้ำมันงา ขิง ซีอิ๊วและน้ำมันถั่วลิสง ทิ้งไว้ให้เดือด 3 นาที

g) ใส่แป้งข้าวโพด 2 ช้อนโต๊ะลงในน้ำผสมให้เข้ากันแล้วเทลงในกระทะโดยคนตลอดเวลา ปรุงอาหารเป็นเวลา 1-2 นาที

h) ตอนนี้ใส่ไก่และปล่อยให้ปรุงอาหารจนซอสข้น

i) เสิร์ฟและเพลิดเพลิน

9. สลัดไก่สไตล์เอเซีย

ทำให้: 6

วัตถุดิบ:

- 2 ช้อนโต๊ะ น้ำตาลทรายแดง
- ซีอิ๊วขาว 2 ช้อนชา
- น้ำมันงา 1 ช้อนโต๊ะ (ไม่จำเป็น)
- น้ำมันพืช ¼ ถ้วยตวง
- 3 ช้อนโต๊ะ น้ำส้มสายชูข้าว
- 1 (8 ออนซ์) ห่อบะหมี่แห้ง
- ผักกาดแก้วไอซ์เบิร์ก 1 หัว - ล้าง ตากแห้ง และสับ
- อกไก่ไม่มีกระดูก 4 ชิ้น ต้มและหั่นเป็นเส้น
- 3 หัวหอมสีเขียวสับ
- 1 ช้อนโต๊ะ เมล็ดงาคั่ว

คำแนะนำ:

a) นำชามใส่ซีอิ๊วขาว น้ำตาลทราย น้ำมันสลัด น้ำมันงา น้ำส้มสายชูข้าว ผสมให้เข้ากัน พักไว้ 30 นาที

b) ในกระทะใส่น้ำมันไม่กี่หยดกับบะหมี่แล้วผัดให้เข้ากัน
ปรุงเมื่อผุดขึ้นดีแล้ว.

c) ในชามใส่ไก่ฉีก ผักกาดแก้ว เมล็ดงา และต้นหอม คลุกเคล้าให้เข้ากัน ใส่ในตู้เย็นเป็นเวลา 10 นาที
d) ใส่บะหมี่ที่ปรุงไว้ลงไปผัดให้เข้ากัน
e) ราดน้ำสลัดพร้อมเสิร์ฟ

10. สเต็กพริกไทยดำ

ทำให้: 4

วัตถุดิบ:

- สเต็กเนื้อสันนอก 1 ปอนด์ หั่นเป็นชิ้นขนาด 1 นิ้ว
- ซอสถั่วเหลือง ¼ ถ้วยตวง
- 2 ช้อนโต๊ะ น้ำตาลทรายขาว
- 2 ช้อนโต๊ะ แป้งข้าวโพด
- ขิงป่น ½ ช้อนชา
- 3 ช้อนโต๊ะ น้ำมันพืช แบ่งไว้
- หอมแดง 1 หัว หั่นเป็นสี่เหลี่ยมขนาด 1 นิ้ว
- พริกหยวกสีเขียว 1 เม็ดหั่นเป็นสี่เหลี่ยมขนาด 1 นิ้ว
- 2 มะเขือเทศหั่นเป็นชิ้น

คำแนะนำ:

a) ในชามใส่แป้งข้าวโพด ขิง ซีอิ๊วขาว และน้ำตาล คลุกเคล้าให้เข้ากัน
b) ใส่สเต็กและผสมให้เข้ากัน
c) อุ่นน้ำมัน 1 ช้อนโต๊ะในกระทะและทอดสเต็กในน้ำมันร้อนจนเป็นสีน้ำตาลสวย

d) ใส่หัวหอมและปล่อยให้ปรุงอาหารจนหัวหอมนิ่ม
e) ใส่พริกหยวกลงไปผัดให้เข้ากัน
f) เมื่อพริกเริ่มเปลี่ยนสีใส่มะเขือเทศลงไปผัดให้เข้ากัน
g) ปรุงอาหารประมาณ 3-4 นาทีแล้วถ่ายโอนไปยังจานเสิร์ฟ
h) สนุก.

11. ไก่ย่างเอเชีย

ทำให้: 4

วัตถุดิบ:

- ซอสถั่วเหลือง ¼ ถ้วยตวง
- 4 ช้อนชา น้ำมันงา
- 2 ช้อนโต๊ะ น้ำผึ้ง
- รากขิงสด 3 ชิ้น
- 2 กลีบกระเทียมบด
- อกไก่ไม่มีกระดูก 4 ชิ้น

คำแนะนำ:

a) ในชามใส่น้ำผึ้ง ซีอิ๊วขาว น้ำมัน ขิงและกระเทียม ผสมให้เข้ากัน ชามต้องเข้าไมโครเวฟได้
b) นำเข้าไมโครเวฟ 30 วินาที
c) ใส่ไก่ลงไปผัดให้เข้ากัน
d) เปิดเตาย่างบนไฟร้อนปานกลางและทาน้ำมัน
e) นำน้ำหมักออกจากไก่แล้วเทลงในกระทะ ต้มประมาณ 1-2 นาที วางกัน

f) วางไก่บนตะแกรงอุ่นและปรุงอาหารจนเป็นสีทองสวยงามจากทั้งสองด้าน
g) ฝนตกปรอยๆ ปรุงไก่ในเตาอบหมักแล้วปรุงต่ออีก 1-2 นาที

12. ซุปไข่

ทำให้: 4

วัตถุดิบ:

- 2 (14.5 ออนซ์) กระป๋องน้ำซุปไก่
- 1 ช้อนโต๊ะ แป้งข้าวโพด
- ไข่ 1 ฟอง ตีเบาๆ
- 2 ช้อนโต๊ะ ต้นหอมสับ

คำแนะนำ:

a) ใส่แป้งข้าวโพดและน้ำซุปไก่ลงในกระทะ คนให้เข้ากันโดยใช้ไฟปานกลาง

b) ตอนนี้เทไข่ที่ตีแล้วลงในกระทะโดยคนอย่างต่อเนื่อง

c) โอนลงในชามเสิร์ฟและโรยหน้าด้วยต้นหอม

13. ฟอร์จูนคุกกี้

ทำให้: 6

วัตถุดิบ:

- 1 ไข่ขาว
- ⅛ ช้อนชา สารสกัดวานิลลา
- เกลือ 1 หยิบมือ
- แป้งอเนกประสงค์ไม่ฟอกขาว ¼ ถ้วยตวง
- น้ำตาลทรายขาว ¼ ถ้วยตวง

คำแนะนำ:

a) เปิดเตาอบที่ 355 องศา
b) ทาแผ่นคุกกี้ด้วยเนย
c) ในไข่ขาวใส่วานิลลาตีจนขึ้นฟู
d) ใส่แป้งที่ร่อนไว้ น้ำตาล และเกลือ ลงในส่วนผสมของไข่แล้วตีให้เข้ากัน
e) โอน 1 ช้อนโต๊ะแป้งลงบนแผ่นคุกกี้ห่างกัน 4 นิ้ว
f) ให้แป้งเป็นรูปทรงกลมโดยการเอียงแผ่น
g) นำเข้าเตาอบและอบประมาณ 5 นาที
h) หลังจากนำออกจากเตาอบแล้ว ให้วางคุกกี้บนกระดานไม้
i) ตอนนี้วางโชคลาภเหนือคุกกี้ให้เรียบร้อยตรงกลางแล้วพับคุกกี้จากครึ่งหนึ่ง วางขอบที่โค้งงอผ่านขอบถ้วย

14. ผัก Lo Mein

ทำให้: 4

วัตถุดิบ:

- สปาเก็ตตี้ดิบ 8 ออนซ์
- น้ำมันพืช ¼ ถ้วยตวง
- เห็ดสดหั่นแว่น 2 ถ้วยตวง
- แครอทหั่นฝอย 1 ถ้วยตวง
- พริกหยวกแดงหั่นแว่น ½ ถ้วยตวง
- 1 หัวหอมสับ
- 2 กลีบกระเทียมสับ
- 2 ถ้วยถั่วงอกสด
- หัวหอมสีเขียวสับ ½ ถ้วย
- 1 ช้อนโต๊ะ แป้งข้าวโพด
- น้ำซุปไก่ 1 ถ้วยตวง
- ซอสฮอยซิน ¼ ถ้วยตวง
- 2 ช้อนโต๊ะ น้ำผึ้ง
- ซีอิ๊วขาว 1 ช้อนโต๊ะ
- 1 ช้อนชา ขิงสดขูด
- ¼ ช้อนชา พริกป่น

- ¼ ช้อนชา ผงกะหรี่

คำแนะนำ:

a) ใช้กระทะและเติมน้ำ 2-3 ถ้วยกับเกลือ ½ ช้อนชา ปล่อยให้เดือด
b) เพิ่มพาสต้าและปรุงอาหารเป็นเวลา 8-9 นาที สะเด็ดน้ำและพักไว้
c) ตั้งน้ำมันในกระทะแล้วเจียวเห็ด หัวหอม แครอท พริกไทย และกระเทียมประมาณ 5-6 นาที
d) ใส่ถั่ว ต้นหอม ถั่วงอก ผัดประมาณ 1 นาที
e) นำชามใส่น้ำซุปไก่ แป้งข้าวโพด และคนให้เข้ากัน
f) เทส่วนผสมนี้ลงไปผัด
g) ใส่ขิง ซอสฮอยซิน พริกป่น น้ำผึ้ง และผงกะหรี่ คนให้เข้ากัน
h) ปล่อยให้ปรุงอาหารประมาณ 5-10 นาที
i) โอนสปาเก็ตตี้และผสม
j) ให้บริการ.

15. ไก่มะนาว

ทำให้: 6

วัตถุดิบ:

- อกไก่ไม่มีกระดูก 3 ปอนด์ หั่นเป็นชิ้นขนาด 2 นิ้ว
- 1 ช้อนโต๊ะ เชอร์รี่แห้ง
- ซีอิ๊วขาว 1 ช้อนโต๊ะ
- เกลือ ½ ช้อนชา
- 2 ไข่
- น้ำมันพืช 2 ถ้วยตวง
- แป้งข้าวโพด ¼ ถ้วยตวง
- ผงฟู ½ ช้อนชา
- น้ำตาลทรายขาว ⅓ ถ้วยตวง
- 1 ช้อนโต๊ะ แป้งข้าวโพด
- น้ำซุปไก่ 1 ถ้วยตวง
- น้ำมะนาว 1 ช้อนโต๊ะ
- เกลือ 1 ช้อนชา
- 1 มะนาวหั่นบาง ๆ
- 2 ช้อนโต๊ะ น้ำมันพืช

คำแนะนำ:

a) ใช้ชามแล้วใส่ไก่ ซอสถั่วเหลือง เกลือ ½ ช้อนชา และซอสเชอร์รี่ผสมให้เข้ากัน

b) ปิดฝาและนำเข้าตู้เย็นเป็นเวลา 20 นาที

c) ในชามแยกต่างหากใส่แป้งข้าวโพด ไข่ และผงฟู ตีให้เข้ากัน

d) ใส่ชิ้นไก่ลงไปผัดให้เข้ากัน วางกัน

e) ตั้งกระทะก้นลึกใส่น้ำมัน 2 ถ้วยตวง แล้วทอดไก่ทีละชิ้น

f) ปล่อยให้ทอดจนเป็นสีเหลืองทอง

g) กระจายบนกระดาษเช็ดมือเพื่อซับน้ำมันส่วนเกินออก

h) ในชามใส่น้ำตาล น้ำซุป เกลือ 1 ช้อนชา แป้งข้าวโพดฝานมะนาว 1 ช้อนโต๊ะ และน้ำมะนาว ผสม

i) ตั้งกระทะใส่น้ำมัน 2 ช้อนโต๊ะและผสมมะนาวลงไปผัด

j) ปรุงอาหารจนซอสข้นเล็กน้อย

k) ราดบนไก่พร้อมเสิร์ฟ

16. ปูย่างกุ้ง

ทำให้: 10

วัตถุดิบ:

- 1 (14 ออนซ์) ห่อห่อเล็กวอนตัน
- 2 (8 ออนซ์) ห่อครีมชีส, นิ่ม
- 1 ช้อนชา รากขิงสดสับละเอียด
- ½ ช้อนชา ผักชีสดสับ
- ผักชีฝรั่งแห้ง ½ ช้อนชา
- 3 ช้อนโต๊ะ ซีอิ๊วดำ
- เนื้อปู 1 ปอนด์หั่นฝอย
- น้ำมันสำหรับทอด 1 ควอร์ต

คำแนะนำ:

a) ตั้งน้ำมันให้ร้อนในกระทะ.

b) ใช้ชามและใส่ซีอิ๊วขาว ขิง กระเทียม ผักชี เนื้อปู ผักชีฝรั่ง และครีมชีส ผสมให้เข้ากัน

c) แผ่กระดาษห่อเกี๊ยวลงบนพื้นผิวที่สะอาดแล้ววางส่วนผสมของครีมชีส 1 ช้อนชาลงไป

d) พับกระดาษห่อไส้เพื่อสร้างรูปสามเหลี่ยมหรือพระจันทร์ครึ่งเสี้ยว

e) แปรงขอบด้วยน้ำ ทำซ้ำขั้นตอนเดียวกันสำหรับกระดาษห่อทั้งหมด คลุมด้วยผ้าขนหนูพริกไทยชื้น

f) โอน 3-4 เกี๊ยวในน้ำมันร้อนและปรุงอาหารจนเป็นสีน้ำตาลทอง

g) วางบนกระดาษเช็ดมือเพื่อซับน้ำมันส่วนเกินออก

h) เสิร์ฟร้อน

17. ผัดถั่วลันเตา

วัตถุดิบ:

- น้ำมันพืช 2 ช้อนโต๊ะ
- ขิงสดปอกเปลือก 2 ชิ้น แต่ละชิ้นมีขนาดประมาณหนึ่งในสี่
- เกลือโคเชอร์
- ถั่วลันเตา ¾ ปอนด์หรือถั่วลันเตาน้ำตาล แกะเปลือกออก

คำแนะนำ:

a) ตั้งกระทะบนไฟร้อนปานกลางจนหยดน้ำร้อนฉ่าและระเหยเมื่อสัมผัส เทน้ำมันลงไปคลุกให้ทั่วฐานกระทะ
ปรุงรสน้ำมันโดยใส่ขิงฝานและเกลือเล็กน้อย
ปล่อยให้ขิงร้อนฉ่าในน้ำมันประมาณ 30 วินาที หมุนวนเบาๆ
b) ใส่ถั่วลันเตาและใช้ไม้พายในกระทะ คลุกให้ทั่วด้วยน้ำมัน ผัดประมาณ 2 ถึง 3 นาทีจนเป็นสีเขียวสดใสและกรอบ
c) ถ่ายโอนไปยังจานและทิ้งขิง เสิร์ฟร้อน

วัตถุดิบ:

- ซีอิ๊วขาว 1 ช้อนโต๊ะ
- น้ำตาล 1 ช้อนชา
- น้ำมันพืช 2 ช้อนโต๊ะ
- 4 กลีบกระเทียมหั่นบาง ๆ
- เกลือโคเชอร์
- 8 ออนซ์ ผักโขมทารกล้างไว้ล่วงหน้า

คำแนะนำ:

a) ในชามขนาดเล็ก ผัดซีอิ๊วขาวและน้ำตาลจนน้ำตาลละลายและพักไว้
b) ตั้งกระทะบนไฟร้อนปานกลางจนหยดน้ำร้อนฉ่าและระเหยเมื่อสัมผัส เทน้ำมันลงไปคลุกให้ทั่วฐานกระทะ ใส่กระเทียมและเกลือเล็กน้อยลงไปผัด ผัดประมาณ 10 วินาทีจนกระเทียมมีกลิ่นหอม ใช้ช้อนขูดกระเทียมออกจากกระทะแล้วพักไว้
c) ใส่ผักโขมลงในน้ำมันปรุงรสแล้วผัดจนผักใบเขียวเหี่ยวและเป็นสีเขียวสด เพิ่มส่วนผสมของน้ำตาลและถั่วเหลืองแล้วโยนให้เคลือบ ใส่กระเทียมกลับลงไปในกระทะแล้วโยนให้เข้ากัน
ถ่ายโอนไปยังจานและให้บริการ

18. กะหล่ำผัดเผ็ด

วัตถุดิบ:

- น้ำมันพืช 2 ช้อนโต๊ะ
- พริกแห้ง 3 หรือ 4 เม็ด
- ขิงสดปอกเปลือก 2 ชิ้น แต่ละชิ้นมีขนาดประมาณหนึ่งในสี่
- เกลือโคเชอร์
- 2 กลีบกระเทียมหั่นบาง ๆ
- กะหล่ำปลี Napa 1 หัวหั่นฝอย
- ซีอิ๊วขาว 1 ช้อนโต๊ะ
- น้ำส้มสายชูดำ ½ ช้อนโต๊ะ
- พริกไทยดำบดสด

คำแนะนำ:

a) ตั้งกระทะบนไฟร้อนปานกลาง. เทน้ำมันและใส่พริก ปล่อยให้พริกร้อนฉ่าในน้ำมันเป็นเวลา 15 วินาที ใส่ขิงฝานและเกลือเล็กน้อย ใส่กระเทียมลงไปผัดสั้นๆ เพื่อปรุงรสน้ำมัน ประมาณ 10 วินาที อย่าให้กระเทียมเป็นสีน้ำตาลหรือไหม้

b) ใส่กะหล่ำปลีลงไปผัดจนเหี่ยวและเปลี่ยนเป็นสีเขียวสดประมาณ 4 นาที ใส่ซีอิ๊วขาวและน้ำส้มสายชูดำ แล้วปรุงรสด้วยเกลือและพริกไทยอย่างละหยิบมือ โยนเพื่อเคลือบอีก 20 ถึง 30 วินาที

c) ถ่ายโอนไปยังจานและทิ้งขิง เสิร์ฟร้อน

วัตถุดิบ:

- น้ำมันพืช 1½ ช้อนโต๊ะ
- ขิงสดปอกเปลือก 1 ชิ้น ขนาดประมาณหนึ่งในสี่
- เกลือโคเชอร์
- 2 กลีบกระเทียมหั่นบาง ๆ
- ผักกาดแก้วภูเขาน้ำแข็ง 1 หัว ล้างและปั่นแห้ง หั่นเป็นชิ้นกว้าง 1 นิ้ว
- ซอสหอยนางรม2ช้อนโต๊ะ
- น้ำมันงา ½ ช้อนชา สำหรับโรยหน้า

คำแนะนำ:

a) ตั้งกระทะบนไฟร้อนปานกลางจนหยดน้ำร้อนฉ่าและระเหยเมื่อสัมผัส ใส่น้ำมันพืชและหมุนให้เคลือบฐานกระทะ ปรุงรสน้ำมันโดยใส่ขิงฝานและเกลือเล็กน้อย ปล่อยให้ขิงร้อนฉ่าในน้ำมันประมาณ 30 วินาที หมุนวนเบาๆ

b) ใส่กระเทียมลงไปผัดให้หอมน้ำมันประมาณ 10 วินาที อย่าให้กระเทียมเป็นสีน้ำตาลหรือไหม้ ใส่ผักกาดหอมและผัดจนเริ่มเหี่ยวเล็กน้อย 3 ถึง 4 นาที ราดซอสหอยนางรมลงบนผักกาดหอมแล้วคลุกเร็วๆ อีก 20 ถึง 30 วินาที

วัตถุดิบ:

- น้ำมันพืช 2 ช้อนโต๊ะ
- ขิงสดปอกเปลือก 1 ชิ้น ขนาดประมาณหนึ่งในสี่
- บรอกโคลี 4 ถ้วยตวง
- น้ำ 2 ช้อนโต๊ะ
- 2 กลีบกระเทียมสับ
- 1 (8 ออนซ์) หน่อไม้หั่นบาง ๆ ล้างและสะเด็ดน้ำ
- ซีอิ๊วขาว 1 ช้อนโต๊ะ
- น้ำมันงา 1 ช้อนชา
- งาคั่ว 2 ช้อนชา

คำแนะนำ:

a) ตั้งกระทะบนไฟร้อนปานกลาง. เทน้ำมันพืชใส่ขิงฝานและเกลือเล็กน้อย
b) ใส่บรอกโคลีลงไปผัดประมาณ 2 นาทีจนเป็นสีเขียวสดใส เติมน้ำและปิดฝาหม้อเป็นเวลา 2 นาทีเพื่อนึ่งบรอกโคลี
c) นำฝาครอบออก ใส่กระเทียมลงไปผัดต่ออีก 30 วินาที ใส่หน่อไม้ลงไปผัดต่ออีก 30 วินาที
d) ผัดในน้ำมันถั่วเหลืองและน้ำมันงา นำขิงออกและทิ้ง เสิร์ฟบนจานร้อนและโรยหน้าด้วยงา

19. ถั่วฝักยาวผัดแห้ง

วัตถุดิบ:

- ซีอิ๊วขาว 1 ช้อนโต๊ะ
- กระเทียมสับ 1 ช้อนโต๊ะ
- doubanjiang (เต้าเจี้ยวจีน) 1 ช้อนโต๊ะ
- น้ำตาล 2 ช้อนชา
- น้ำมันงา 1 ช้อนชา
- เกลือโคเชอร์
- น้ำมันพืช ½ ถ้วยตวง
- ถั่วเขียว 1 ปอนด์ ตัดแต่ง ผ่าครึ่ง และซับให้แห้ง

คำแนะนำ:

a) ในชามขนาดเล็ก ผัดซีอิ๊วขาว กระเทียม เต้าเจี้ยว น้ำตาล น้ำมันงา และเกลือเล็กน้อยให้เข้ากัน พักไว้

b) ตั้งกระทะให้ร้อนใส่น้ำมันพืชบนไฟร้อนปานกลาง ทอดถั่ว ค่อยๆ พลิกถั่วในน้ำมันจนดูเหมือนรอยย่น

c) เมื่อถั่วทั้งหมดสุกแล้ว ให้ถ่ายน้ำมันที่เหลืออย่างระมัดระวังไปยังภาชนะกันความร้อน ใช้ที่คีบกับทิชชู่เช็ดทำความสะอาดกระทะ

d) กลับกระทะไปที่ความร้อนสูงและเติมน้ำมันทอดที่สำรองไว้ 1 ช้อนโต๊ะ ใส่ถั่วเขียวและซอสพริก ผัด จนซอสเดือดและเคลือบถั่วเขียว โอนถั่วไปยังจานและเสิร์ฟร้อน

วัตถุดิบ:

- น้ำมันพืช 3 ช้อนโต๊ะ
- ขิงสดปอกเปลือก 1 ชิ้น ขนาดประมาณหนึ่งในสี่
- เห็ดหอมสด ½ ปอนด์
- 2 กลีบกระเทียมสับ
- เบบี้บกโชย 1½ ปอนด์ หั่นตามขวางเป็นชิ้นขนาด 1 นิ้ว
- ไวน์ข้าว Shaoxing 2 ช้อนโต๊ะ
- ซีอิ๊วขาว 2 ช้อนชา
- น้ำมันงา 2 ช้อนชา

คำแนะนำ:

a) ตั้งกระทะบนไฟร้อนปานกลาง. เทน้ำมันพืชลงไปและหมุนให้เคลือบฐานกระทะ ใส่ขิงฝานและเกลือเล็กน้อย

b) ใส่เห็ดลงไปผัดประมาณ 3-4 นาที จนเห็ดเริ่มเป็นสีน้ำตาล ใส่กระเทียมลงไปผัดจนหอม อีกประมาณ 30 วินาที

c) ใส่ผักกวางตุ้งและผัดกับเห็ด ใส่ไวน์ข้าว ซีอิ๊วขาว และน้ำมันงา ปรุงอาหารเป็นเวลา 3 ถึง 4 นาที คลุกเคล้าผักไปเรื่อย ๆ จนกว่าผักจะนิ่ม

d) ย้ายผักไปยังจานเสิร์ฟ ทิ้งขิงและเสิร์ฟร้อนๆ

20. ผัดผักรวมมิตร

วัตถุดิบ:

- น้ำมันพืช 3 ช้อนโต๊ะ
- ขิงสดปอกเปลือก 1 ชิ้น ขนาดประมาณหนึ่งในสี่
- เกลือโคเชอร์
- หัวหอมขาว ½ หัว หั่นเป็นชิ้นขนาด 1 นิ้ว
- แครอทขนาดใหญ่ 1 หัว ปอกเปลือกและหั่นเป็นแนวทแยง
- 2 ซี่โครงขึ้นฉ่ายหั่นทแยงมุมเป็นชิ้นหนา¼นิ้ว
- เห็ดหอมสด 6 ดอก
- พริกหยวกแดง 1 เม็ดหั่นเป็นชิ้นขนาด 1 นิ้ว
- ถั่วเขียว 1 กำมือเล็ก ตัดแต่ง
- 2 กลีบกระเทียมสับละเอียด
- 2 ต้นหอมหั่นบาง ๆ

คำแนะนำ:

a) ตั้งกระทะบนไฟร้อนปานกลางจนหยดน้ำร้อนฉ่าและระเหยเมื่อสัมผัส เทน้ำมันลงไปคลุกให้ทั่วฐานกระทะ
ปรุงรสน้ำมันโดยใส่ขิงฝานและเกลือเล็กน้อย
ปล่อยให้น้ำมันร้อนฉ่าประมาณ 30 วินาที หมุนวนเบาๆ

b) ใส่หัวหอม แครอท และขึ้นฉ่ายลงในกระทะแล้วผัด ขยับผักในกระทะอย่างรวดเร็วโดยใช้ไม้พาย เมื่อผักเริ่มดูนุ่ม ประมาณ 4 นาที ใส่เห็ดลงไปผัดต่อในกระทะร้อน

c) เมื่อเห็ดดูนิ่ม ใส่พริกหยวกลงไป ผัดต่ออีกประมาณ 4 นาที เมื่อพริกหยวกเริ่มนิ่ม ให้ใส่ถั่วเขียวลงไป ผัดต่ออีกประมาณ 3 นาทีจนนุ่ม ใส่กระเทียมลงไปผัดจนหอม

d) ถ่ายโอนไปยังจาน ทิ้งขิง และโรยหน้าด้วยต้นหอม เสิร์ฟร้อน

21. ความสุขของพระพุทธเจ้า

วัตถุดิบ:

- เห็ดหูหนูแห้งกำมือเล็ก (ประมาณ ⅓ ถ้วย)
- 8 เห็ดหอมแห้ง
- ซีอิ๊วขาว 2 ช้อนโต๊ะ
- น้ำตาล 2 ช้อนชา
- น้ำมันงา 1 ช้อนชา
- น้ำมันพืช 2 ช้อนโต๊ะ
- ขิงสดปอกเปลือก 2 ชิ้น แต่ละชิ้นมีขนาดประมาณหนึ่งในสี่
- เกลือโคเชอร์
- 1 สควอช delicata, ลดลงครึ่งหนึ่ง, เมล็ดและหั่นเป็นชิ้นขนาดพอดีคำ
- ไวน์ข้าว Shaoxing 2 ช้อนโต๊ะ
- ถั่วลันเตาน้ำตาล 1 ถ้วยตวง เอาสายออกแล้ว
- 1 (8 ออนซ์) สามารถน้ำเกาลัดล้างและเนื้อ
- พริกไทยดำบดสด

คำแนะนำ:

a) แช่เห็ดแห้งทั้งสองในชามแยกต่างหากที่ปิดด้วยน้ำร้อนจนนิ่มประมาณ 20 นาที ระบายและทิ้งน้ำยาแช่หูไม้ สะเด็ดน้ำและเก็บ เห็ด หอมไว้ ½ ถ้วยตวง ใส่ซีอิ๊วขาว น้ำตาล และน้ำมันงาลงในของเหลวเห็ดแล้วคนให้น้ำตาลละลาย พักไว้

b) ตั้งกระทะบนไฟร้อนปานกลางจนหยดน้ำร้อนฉ่าและระเหยเมื่อสัมผัส เทน้ำมันพืชลงไปและหมุนให้เคลือบฐานกระทะ
ปรุงรสน้ำมันโดยใส่ขิงฝานและเกลือเล็กน้อย
ปล่อยให้ขิงร้อนฉ่าในน้ำมันประมาณ 30 วินาที หมุนวนเบาๆ
c) ใส่สควอชลงไปผัด คลุกเคล้ากับน้ำมันปรุงรสประมาณ 3 นาที ใส่ทั้งเห็ดและไวน์ข้าวลงไปผัดต่ออีก 30 วินาที ใส่ถั่วลันเตาและแห้ว คลุกเคล้าให้น้ำมันเคลือบ เติมน้ำปรุงรสเห็ดที่สำรองไว้และปิดฝา ปรุงอาหารต่อไปเรื่อย ๆ จนกว่าผักจะนุ่มประมาณ 5 นาที
d) นำฝาออกแล้วปรุงรสด้วยเกลือและพริกไทยเพื่อลิ้มรส ทิ้งขิงและเสิร์ฟ

22. เต้าหู้สไตล์หูหนาน

วัตถุดิบ:

- แป้งข้าวโพด 1 ช้อนชา
- น้ำ 1 ช้อนโต๊ะ
- น้ำมันพืชหรือน้ำมันคาโนลา 4 ช้อนโต๊ะ แบ่งไว้
- เกลือโคเชอร์
- เต้าหู้เนื้อแน่น 1 ปอนด์ หั่นเป็นสี่เหลี่ยมหนา ½ นิ้ว ยาว 2 นิ้ว
- ถั่วดำหมัก 3 ช้อนโต๊ะ ล้างและทุบ
- 2 ช้อนโต๊ะ doubanjiang (เต้าเจี้ยวจีน)
- ขิงสดขนาด 1 นิ้ว ปอกเปลือกและสับละเอียด
- 3 กลีบกระเทียมสับละเอียด
- พริกหยวกแดงขนาดใหญ่ 1 ชิ้นหั่นเป็นชิ้นขนาด 1 นิ้ว
- 4 ต้นหอมหั่นเป็นส่วนขนาด 2 นิ้ว
- ไวน์ข้าว Shaoxing 1 ช้อนโต๊ะ
- น้ำตาล 1 ช้อนชา
- น้ำซุปไก่หรือน้ำซุปผักโซเดียมต่ำ ¼ ถ้วย

คำแนะนำ:

a) ในชามขนาดเล็ก คนแป้งข้าวโพดและน้ำให้เข้ากันแล้วพักไว้
b) ตั้งกระทะบนไฟร้อนปานกลางจนหยดน้ำร้อนฉ่าและระเหยเมื่อสัมผัส เทน้ำมัน 2 ช้อนโต๊ะแล้วหมุนให้เคลือบฐานและด้านข้างกระทะ ใส่เกลือเล็กน้อยแล้วเรียงเต้าหู้แผ่นในกระทะเป็นชั้นเดียว

เจียวเต้าหู้ประมาณ 1 ถึง 2 นาที โดยเอียงกระทะไปรอบๆ เพื่อให้น้ำมันใต้เต้าหู้สุก เมื่อด้านแรกเริ่มเป็นสีน้ำตาล ใช้ไม้พายกระทะค่อยๆ พลิกเต้าหู้และนำไปย่างต่ออีก 1 ถึง 2 นาทีจนเป็นสีน้ำตาลทอง ตักเต้าหู้ที่ย่างแล้วใส่จานพักไว้

c) ลดความร้อนลงเหลือปานกลาง ใส่น้ำมันที่เหลืออีก 2 ช้อนโต๊ะลงในกระทะ ทันทีที่น้ำมันเริ่มมีควันเล็กน้อย ให้ใส่ถั่วดำ เต้าเจี้ยว ขิง และกระเทียม ผัดประมาณ 20 วินาที หรือจนกว่าน้ำมันจะออกสีแดงเข้มจากเต้าเจี้ยว

d) ใส่พริกหยวกและต้นหอมลงไปผัดกับไวน์ Shaoxing และน้ำตาล ปรุงต่ออีกสักนาที หรือจนกว่าไวน์จะระเหยเกือบหมดและพริกหยวกนิ่ม

e) ค่อยๆ ตะล่อมเต้าหู้ทอดจนส่วนผสมทั้งหมดในกระทะเข้ากัน ต้มต่อไปอีก 45 วินาที หรือจนกว่าเต้าหู้จะมีสีแดงเข้มและต้นหอมเหี่ยว

f) หยดน้ำซุปไก่ลงบนส่วนผสมเต้าหู้ แล้วคนเบา ๆ เพื่อให้เคลือบกระทะและละลายเศษที่ติดอยู่บนกระทะ

คนส่วนผสมแป้งข้าวโพดกับน้ำอย่างรวดเร็วแล้วใส่ลงในกระทะ ค่อยๆ คนและเคี่ยวประมาณ 2 นาที หรือจนกว่าซอสจะมันวาวและข้น เสิร์ฟร้อน

23. หม่าโป๊ะเต้าหู้

วัตถุดิบ:

- เนื้อหมูบด ½ ปอนด์
- ไวน์ข้าว Shaoxing 2 ช้อนโต๊ะ
- ซีอิ๊วขาว 2 ช้อนชา
- 1 ช้อนชา ขิงสดปอกเปลือกสับละเอียด
- แป้งข้าวโพด 2 ช้อนชา
- น้ำ 1½ ช้อนโต๊ะ
- น้ำมันพืช 2 ช้อนโต๊ะ
- พริกไทยเสฉวน 1 ช้อนโต๊ะบด
- เต้าเจี้ยว 3 ช้อนโต๊ะ (เต้าเจี้ยวจีน)
- 4 ต้นหอมหั่นบาง ๆ แบ่ง
- น้ำมันพริก 1 ช้อนชา
- น้ำตาล 1 ช้อนชา
- ผงเครื่องเทศห้าอย่างของจีน ½ ช้อนชา
- เต้าหู้ขนาดกลาง 1 ปอนด์ สะเด็ดน้ำแล้วหั่นเป็นก้อนขนาด ½ นิ้ว
- น้ำซุปไก่โซเดียมต่ำ 1½ ถ้วยตวง
- เกลือโคเชอร์
- ใบผักชีสดสับหยาบ 1 ช้อนโต๊ะสำหรับโรยหน้า

คำแนะนำ:

a) ในชามขนาดเล็ก ผสมหมูบด ไวน์ข้าว ซีอิ๊วขาว และขิงเข้าด้วยกัน พักไว้ ผสมแป้งข้าวโพดกับน้ำในชามใบเล็กอีกใบ พักไว้
b) ตั้งกระทะบนไฟร้อนปานกลางแล้วเทน้ำมันพืชลงไป ใส่พริกไทยเสฉวนและผัดเบา ๆ จนเริ่มร้อนฉ่าเมื่อน้ำมันร้อนขึ้น
c) ใส่หมูหมักและเต้าเจี้ยวลงไปผัดประมาณ 4-5 นาที จนหมูเป็นสีน้ำตาลและร่วน ใส่ต้นหอมครึ่งหนึ่ง น้ำมันพริก น้ำตาล และผงเครื่องเทศห้าชนิด ผัดต่อไปอีกประมาณ 30 วินาที หรือจนกว่าต้นหอมจะเหี่ยว
d) กระจายก้อนเต้าหู้หมูและเทน้ำซุป อย่ากวน ให้เต้าหู้สุกและแข็งสักหน่อยก่อน ปิดฝาและเคี่ยวเป็นเวลา 15 นาทีโดยใช้ไฟปานกลาง เปิดฝาและคนเบาๆ ระวังอย่าให้ก้อนเต้าหู้แตกมากเกินไป
e) ชิมรสแล้วเติมเกลือหรือน้ำตาลแล้วแต่ชอบ น้ำตาลที่เติมลงไปสามารถลดความเผ็ดได้หากมันร้อนเกินไป ผัดแป้งข้าวโพดกับน้ำอีกครั้งแล้วใส่เต้าหู้ ผัดเบา ๆ จนซอสข้น
f) โรยหน้าด้วยต้นหอมและผักชีที่เหลือ เสิร์ฟร้อนๆ

วัตถุดิบ:

- เต้าหู้ขนาดกลาง 1 ปอนด์
- ซีอิ๊วขาว 2 ช้อนโต๊ะ
- น้ำมันงา 1 ช้อนโต๊ะ
- น้ำส้มสายชูดำ 2 ช้อนชา
- 2 กลีบกระเทียมสับละเอียด
- 1 ช้อนชา ขิงสดปอกเปลือกสับละเอียด
- น้ำตาล ½ ช้อนชา
- 2 ต้นหอมหั่นบาง ๆ
- ใบผักชีสดสับหยาบ 1 ช้อนโต๊ะ

คำแนะนำ:

a) นำเต้าหู้ออกจากบรรจุภัณฑ์ ระวังอย่าให้เสียหาย วางบนจานขนาดใหญ่แล้วหั่นเป็นชิ้นหนา 1 ถึง 1½ นิ้วอย่างระมัดระวัง พักไว้ 5 นาที การพักเต้าหู้จะช่วยให้เวย์ของเต้าหู้ระบายออกได้มากขึ้น

b) ล้างตะกร้าหวดไม้ไผ่และฝาใต้น้ำเย็นแล้ววางลงในกระทะ เทน้ำเย็นประมาณ 2 นิ้ว หรือจนเลยขอบก้นหม้อนึ่งประมาณ ¼ ถึง ½ นิ้ว แต่อย่าให้สูงจนน้ำแตะก้นตะกร้า

c) ระบายน้ำนมส่วนเกินออกจากจานเต้าหู้แล้ววางจานลงในหวดไม้ไผ่ ปิดฝาและตั้งกระทะบนไฟร้อนปานกลาง-สูง
นำน้ำไปต้มและนึ่งเต้าหู้เป็นเวลา 6 ถึง 8 นาที

d) ในขณะที่เต้าหู้กำลังนึ่ง ผัดซีอิ๊วขาว น้ำมันงา น้ำส้มสายชู กระเทียม ขิง และน้ำตาลเข้าด้วยกันโดยใช้ไฟอ่อนจนน้ำตาลละลาย

e) ราดซอสอุ่นๆ ลงบนเต้าหู้และโรยหน้าด้วยต้นหอมและผักชี

24. หน่อไม้ฝรั่งงา

วัตถุดิบ:

- ซีอิ๊วขาว 2 ช้อนโต๊ะ
- น้ำตาล 1 ช้อนชา
- น้ำมันพืช 1 ช้อนโต๊ะ
- กลีบกระเทียมขนาดใหญ่ 2 กลีบสับหยาบ
- หน่อไม้ฝรั่ง 2 ปอนด์ตัดแต่งและหั่นตามแนวทแยงมุมเป็นชิ้นยาว 2 นิ้ว
- เกลือโคเชอร์
- น้ำมันงา 2 ช้อนโต๊ะ
- งาคั่ว 1 ช้อนโต๊ะ

คำแนะนำ:

a) ในชามขนาดเล็ก ผัดซีอิ๊วขาวและน้ำตาลให้เข้ากันจนน้ำตาลละลาย พักไว้

b) ตั้งกระทะบนไฟร้อนปานกลางจนหยดน้ำร้อนฉ่าและระเหยเมื่อสัมผัส เทน้ำมันพืชลงไปและหมุนให้เคลือบฐานกระทะ
ใส่กระเทียมลงไปผัดจนมีกลิ่นหอม ประมาณ 10 วินาที

c) ใส่หน่อไม้ฝรั่งลงไปผัด ใส่ซอสโชยุลงไปคลุกให้ทั่วหน่อไม้ฝรั่ง ปรุงต่ออีกประมาณ 1 นาที

d) ราดน้ำมันงาให้ทั่วหน่อไม้ฝรั่งแล้วตักใส่ชามเสิร์ฟ โรยหน้าด้วยงา เสิร์ฟร้อน ๆ

วัตถุดิบ:

- น้ำ 6 ถ้วยบวก 1 ช้อนโต๊ะแบ่ง
- เกลือโคเชอร์ 1 ช้อนโต๊ะ
- 3 มะเขือยาวจีน (ประมาณ¾ปอนด์) ตัดแต่งและหั่นเป็นชิ้นขนาด 1 นิ้ว
- แป้งข้าวโพด 1½ ช้อนโต๊ะ แบ่งไว้
- ซีอิ๊วขาว 1 ช้อนโต๊ะ
- น้ำตาล 2 ช้อนชา
- ซีอิ๊วดำ ½ ช้อนชา
- น้ำมันพืช 3 ช้อนโต๊ะแบ่ง
- 3 กลีบกระเทียมสับ
- 1 ช้อนชา ขิงสดปอกเปลือกสับละเอียด
- เต้าหู้แข็ง ½ ปอนด์ หั่นเป็นก้อนขนาด ½ นิ้ว

คำแนะนำ:

a) ในชามขนาดใหญ่ รวมน้ำ 6 ถ้วยและเกลือเข้าด้วยกัน ผัดสักครู่ให้เกลือละลายและเพิ่มชิ้นมะเขือยาว
วางฝาหม้อขนาดใหญ่ไว้ด้านบนเพื่อให้มะเขือม่วงจมอยู่ในน้ำและปล่อยให้นั่งเป็นเวลา 15 นาที ระบายมะเขือยาวและเช็ดให้แห้งด้วยกระดาษเช็ดมือ โยนมะเขือม่วงลงในชามที่โรยแป้งข้าวโพดประมาณ 1 ช้อนโต๊ะ

b) ในชามขนาดเล็ก คนแป้งข้าวโพด ½ ช้อนโต๊ะที่เหลือกับน้ำ 1 ช้อนโต๊ะที่เหลือ ซีอิ๊วขาว น้ำตาล และซีอิ๊วดำ พักไว้

c) ตั้งกระทะบนไฟร้อนปานกลางจนหยดน้ำร้อนฉ่าและระเหยเมื่อสัมผัส เทน้ำมัน 2 ช้อนโต๊ะแล้วหมุนให้เคลือบฐานกระทะและด้านข้าง เรียงมะเขือม่วงเป็นชั้นเดียวในกระทะ

d) ย่างมะเขือยาวด้านละประมาณ 4 นาที มะเขือยาวควรจะเกรียมเล็กน้อยและเป็นสีน้ำตาลทอง ลดความร้อนลงเหลือปานกลางหากกระทะเริ่มมีควัน โอนมะเขือยาวลงในชามแล้วกลับกระทะไปที่ความร้อน

e) ใส่น้ำมันที่เหลืออีก 1 ช้อนโต๊ะ แล้วผัดกระเทียมและขิงจนมีกลิ่นหอมและร้อนจัด ประมาณ 10 วินาที ใส่เต้าหู้และผัดต่ออีก 2 นาที จากนั้นใส่มะเขือม่วงลงในกระทะ ผัดซอสอีกครั้งแล้วเทลงในกระทะ โยนส่วนผสมทั้งหมดเข้าด้วยกันจนซอสข้นเป็นสีเข้มและมันวาว

f) โอนมะเขือยาวและเต้าหู้ลงในจานและเสิร์ฟร้อน

25. บรอกโคลีผัดน้ำมันหอย

วัตถุดิบ:

- ซอสหอยนางรม ¼ ถ้วยตวง
- ซีอิ๊วขาว 2 ช้อนชา
- น้ำมันงา 1 ช้อนชา
- น้ำมันพืช 2 ช้อนโต๊ะ
- ขิงสดปอกเปลือก 4 ชิ้น แต่ละชิ้นมีขนาดประมาณหนึ่งในสี่
- 4 กลีบกระเทียมปอกเปลือก
- เกลือโคเชอร์
- บรอกโคลีจีนหรือบรอกโคลี 2 ช่อ ตัดแต่งปลายให้แข็ง
- น้ำ 2 ช้อนโต๊ะ

คำแนะนำ:

a) ในชามขนาดเล็ก ผัดซอสหอยนางรม ซีอิ๊วขาว และน้ำมันงาให้เข้ากัน พักไว้

b) ตั้งกระทะบนไฟร้อนปานกลางจนหยดน้ำร้อนฉ่าและระเหยเมื่อสัมผัส เทน้ำมันพืชลงไปและหมุนให้เคลือบฐานกระทะ ใส่ขิง กระเทียม และเกลือเล็กน้อย ปล่อยให้กลิ่นหอมร้อนฉ่าในน้ำมัน หมุนวนเบาๆ ประมาณ 10 วินาที

c) ใส่บรอกโคลีลงไปผัด คลุกเคล้าจนเคลือบด้วยน้ำมันและสีเขียวสดใส เติมน้ำแล้วปิดฝาเพื่อนึ่งบรอกโคลีประมาณ 3 นาที หรือจนกว่าจะใช้มีดแทงก้านได้ง่ายๆ นำขิงและกระเทียมออกแล้วทิ้ง

d) ผัดซอสและโยนให้เคลือบจนร้อน ถ่ายโอนไปยังจานเสิร์ฟ

26. กุ้งผัดพริกเกลือ

วัตถุดิบ:

- เกลือโคเชอร์ 1 ช้อนโต๊ะ
- พริกไทยเสฉวน 1½ ช้อนชา
- กุ้งขนาดใหญ่ 1½ ปอนด์ (U31–35) ปอกเปลือกและผ่าหลัง เหลือหางไว้
- น้ำมันพืช ½ ถ้วยตวง
- แป้งข้าวโพด 1 ถ้วย
- 4 scallions หั่นตามแนวทแยงมุม
- พริกฮาลาเปโน 1 เม็ด ผ่าครึ่งและเมล็ด หั่นบาง ๆ
- 6 กลีบกระเทียมหั่นบาง ๆ

คำแนะนำ:

a) ในกระทะหรือกระทะขนาดเล็กที่ใช้ไฟปานกลาง ปิ้งเกลือและพริกไทยจนหอม เขย่าและคนบ่อยๆ เพื่อไม่ให้ไหม้ ถ่ายโอนไปยังชามให้เย็นสนิท บดเกลือและพริกไทยเข้าด้วยกันในเครื่องบดเครื่องเทศหรือด้วยครกและสาก โอนไปยังชามและพักไว้

b) ซับกุ้งให้แห้งด้วยกระดาษชำระ

c) ในกระทะ ตั้งน้ำมันให้ร้อนด้วยความร้อนสูงปานกลางถึง 375°F หรือจนกว่าจะมีฟองและเสียงดังฉ่าๆ ที่ปลายช้อนไม้

d) ใส่แป้งข้าวโพดลงในชามใบใหญ่. ก่อนที่คุณจะพร้อมที่จะทอดกุ้ง ให้โยนกุ้งครึ่งตัวเพื่อเคลือบแป้งข้าวโพดและสลัดแป้งข้าวโพดส่วนเกินออก

e) ทอดกุ้งประมาณ 1 ถึง 2 นาทีจนกุ้งเปลี่ยนเป็นสีชมพู ใช้พายพายย้ายกุ้งทอดไปยังชั้นวางบนถาดอบเพื่อสะเด็ดน้ำ

ทำซ้ำขั้นตอนนี้กับกุ้งที่เหลือจากการคลุกแป้งข้าวโพด ทอดและย้ายไปยังตะแกรงเพื่อสะเด็ดน้ำ

f) เมื่อกุ้งสุกทั้งหมดแล้ว ให้เอาน้ำมันออกให้หมด ยกเว้น 2 ช้อนโต๊ะ แล้วกลับกระทะไปที่ไฟกลาง ใส่ต้นหอม พริกฮาลาปิโน และกระเทียมลงไปผัดจนต้นหอมและพริกจาลาปิโนเปลี่ยนเป็นสีเขียวสดใส และกระเทียมมีกลิ่นหอม นำกุ้งกลับลงไปในกระทะ ปรุงรสด้วยส่วนผสมของเกลือและพริกไทย (คุณอาจใช้ไม่หมด) แล้วคลุกเคล้าให้ทั่ว โอนกุ้งไปยังจานและเสิร์ฟร้อน

27. กุ้งขี้เมา

เสิร์ฟ 4

วัตถุดิบ:

- ไวน์ข้าว Shaoxing 2 ถ้วย
- ขิงสดปอกเปลือก 4 ชิ้น แต่ละชิ้นมีขนาดประมาณหนึ่งในสี่
- โกจิเบอร์รี่แห้ง 2 ช้อนโต๊ะ (ไม่จำเป็น)
- น้ำตาล 2 ช้อนชา
- กุ้งจัมโบ้ 1 ปอนด์ (U21–25) ปอกเปลือกและผ่าหลัง เหลือหางไว้
- น้ำมันพืช 2 ช้อนโต๊ะ
- เกลือโคเชอร์
- แป้งข้าวโพด 2 ช้อนชา

คำแนะนำ:

a) ในชามผสมกว้าง คนไวน์ข้าว ขิง โกจิเบอร์รี่ (ถ้าใช้) และน้ำตาลจนน้ำตาลละลาย ใส่กุ้งและปิดฝา หมักในตู้เย็น 20 ถึง 30 นาที
b) เทกุ้งและเครื่องหมักลงในกระชอนบนชาม สำรองน้ำดอง ½ ถ้วยและทิ้งส่วนที่เหลือ
c) ตั้งกระทะบนไฟร้อนปานกลางจนหยดน้ำร้อนฉ่าและระเหยเมื่อสัมผัส เทน้ำมันลงไปคลุกให้ทั่วฐานกระทะ
ปรุงรสน้ำมันโดยใส่เกลือเล็กน้อยแล้วคนเบาๆ

d) ใส่กุ้งลงไปผัดอย่างแรง

เติมเกลือเล็กน้อยขณะที่คุณพลิกและโยนกุ้งไปรอบๆ ในกระทะ เคลื่อนกุ้งไปรอบๆ ประมาณ 3 นาที จนกว่ากุ้งจะเปลี่ยนเป็นสีชมพู

e) ผัดแป้งข้าวโพดลงในน้ำดองที่เตรียมไว้แล้วเทลงบนกุ้ง

โยนกุ้งและเคลือบด้วยน้ำดอง มันจะข้นเป็นซอสมันวาวเมื่อเริ่มเดือดอีกประมาณ 5 นาที

f) ย้ายกุ้งและโกจิเบอร์รี่ใส่จาน ทิ้งขิงและเสิร์ฟร้อนๆ

28. กุ้งผัดสไตล์เซี่ยงไฮ้

วัตถุดิบ:

- กุ้งขนาดกลางขนาดใหญ่ 1 ปอนด์ (U31–40) ปอกเปลือกและผ่าหลัง เหลือหางไว้
- น้ำมันพืช 2 ช้อนโต๊ะ
- เกลือโคเชอร์
- ไวน์ข้าว Shaoxing 2 ช้อนชา
- 2 ต้นหอมซอยละเอียด

คำแนะนำ:

a) ใช้กรรไกรทำครัวที่คมหรือมีดปอกเปลือก ผ่าครึ่งกุ้งตามยาวโดยให้ส่วนหางไม่บุบสลาย ขณะที่ผัดกุ้ง การตัดด้วยวิธีนี้จะทำให้มีพื้นที่ผิวมากขึ้นและสร้างรูปร่างและเนื้อสัมผัสที่เป็นเอกลักษณ์!
b) ซับกุ้งให้แห้งด้วยกระดาษเช็ดมือและเช็ดให้แห้ง ยิ่งกุ้งแห้งมากเท่าไหร่ก็ยิ่งมีรสชาติมากขึ้นเท่านั้น คุณสามารถเก็บกุ้งไว้ในตู้เย็น ม้วนไว้ในกระดาษเช็ดมือได้นานถึง 2 ชั่วโมงก่อนปรุงอาหาร

c) ตั้งกระทะบนไฟร้อนปานกลางจนหยดน้ำร้อนฉ่าและระเหยเมื่อสัมผัส เทน้ำมันลงไปคลุกให้ทั่วฐานกระทะ
ปรุงรสน้ำมันโดยใส่เกลือเล็กน้อยแล้วคนเบาๆ
d) ใส่กุ้งทั้งหมดลงในกระทะร้อนทันที โยนและพลิกเร็วๆ ประมาณ 2 ถึง 3 นาที จนกุ้งเริ่มเปลี่ยนเป็นสีชมพู ปรุงรสด้วยเกลืออีกเล็กน้อย แล้วเติมไวน์ข้าวลงไป
ปล่อยให้ไวน์เดือดในขณะที่คุณผัดต่อไปอีกประมาณ 2 นาที กุ้งควรแยกออกจากกันและขดตัวโดยที่ยังติดอยู่ที่หาง
e) โอนไปยังจานเสิร์ฟและประดับด้วยต้นหอม เสิร์ฟร้อน

29. กุ้งวอลนัท

วัตถุดิบ:

- สเปรย์น้ำมันพืชนอนสติ๊ก
- กุ้งจัมโบ้ 1 ปอนด์ (U21–25) ปอกเปลือก
- วอลนัท 25 ถึง 30 ครึ่ง
- น้ำมันพืช 3 ถ้วยสำหรับทอด
- น้ำตาล 2 ช้อนโต๊ะ
- น้ำ 2 ช้อนโต๊ะ
- มายองเนส ¼ ถ้วย
- นมข้นหวาน 3 ช้อนโต๊ะ
- น้ำส้มสายชูข้าว ¼ ช้อนชา
- เกลือโคเชอร์
- แป้งข้าวโพด ⅓ ถ้วยตวง

คำแนะนำ:

a) วางถาดรองอบด้วยกระดาษ parchment และฉีดสเปรย์ทำอาหารเล็กน้อย พักไว้

b) ผีเสื้อกุ้งโดยจับไว้บนเขียงโดยให้ด้านโค้งลง เริ่มจากบริเวณส่วนหัว สอดปลายมีดปอกเปลือกสามในสี่ของกุ้งเข้าไปในตัวกุ้ง ผ่ากลางหลังกุ้งถึงหาง อย่าผ่ากุ้งจนสุดและอย่าผ่าบริเวณหาง เปิดกุ้งเหมือนหนังสือแล้วแผ่ให้แบน เช็ดเส้นเลือด (ทางเดินอาหารของกุ้ง) หากมองเห็นได้ และล้างกุ้งด้วยน้ำเย็น จากนั้นซับให้แห้งด้วยกระดาษเช็ดมือ พักไว⍰

c) ในกระทะ ตั้งน้ำมันให้ร้อนด้วยความร้อนสูงปานกลางถึง 375°F หรือจนกว่าจะมีฟองและเสียงดังฉ่าๆ ที่ปลายช้อนไม้ ทอดวอลนัทจนเป็นสีน้ำตาลทอง 3 ถึง 4 นาที แล้วใช้พายพายตักวอลนัทใส่จานที่รองด้วยกระดาษเช็ดมือ พักไว้และปิดไฟ

d) ในกระทะใบเล็ก ผัดน้ำตาลและน้ำเข้าด้วยกันแล้วนำไปต้มบนไฟร้อนปานกลาง คนเป็นครั้งคราวจนน้ำตาลละลาย ลดไฟลงเหลือปานกลางแล้วเคี่ยวเพื่อลดน้ำเชื่อมประมาณ 5 นาที หรือจนกว่าน้ำเชื่อมจะข้นและเป็นมัน ใส่วอลนัทลงไปคลุกให้ทั่วด้วยน้ำเชื่อม โอนถั่วไปยังแผ่นอบที่เตรียมไว้และพักไว้ให้เย็น น้ำตาลควรจะแข็งตัวรอบ ๆ ถั่วและกลายเป็นเปลือกหวาน

e) ผสมมายองเนส นมข้นหวาน น้ำส้มสายชูข้าว และเกลือเล็กน้อยในชามใบเล็ก พักไว้

f) นำน้ำมันกระทะกลับไปที่ 375°F บนไฟร้อนปานกลาง-สูง ขณะที่น้ำมันกำลังร้อน ปรุงรสกุ้งเล็กน้อยด้วยเกลือเล็กน้อย ในชามผสม โยนกุ้งกับแป้งข้าวโพดจนเคลือบดี ทำงานเป็นชุดเล็กๆ เขย่าแป้งข้าวโพดส่วนเกินออกจากกุ้งแล้วทอดในน้ำมัน ขยับเร็วๆ ในน้ำมันเพื่อไม่ให้ติดกัน ทอดกุ้งประมาณ 2 ถึง 3 นาทีจนเป็นสีเหลืองทอง

g) ถ่ายโอนไปยังชามผสมที่สะอาดและราดซอสให้ทั่ว ตะล่อมเบา ๆ จนเนื้อกุ้งสุกทั่วกัน จัดกุ้งบนจานและโรยหน้าด้วยวอลนัทเชื่อม เสิร์ฟร้อน

30. หอยเชลล์กำมะหยี่

วัตถุดิบ:

- 1 ไข่ขาวขนาดใหญ่
- แป้งข้าวโพด 2 ช้อนโต๊ะ
- ไวน์ข้าว Shaoxing 2 ช้อนโต๊ะ แบ่งไว้
- เกลือโคเชอร์ 1 ช้อนชา แบ่งไว้
- หอยเชลล์ทะเลสด 1 ปอนด์ ล้างเอากล้ามเนื้อออกแล้วซับให้แห้ง
- น้ำมันพืช 3 ช้อนโต๊ะแบ่ง
- ซีอิ๊วขาว 1 ช้อนโต๊ะ
- น้ำส้มคั้นสด ¼ ถ้วยตวง
- ผิวส้มขูด 1 ผล
- เกล็ดพริกแดง (ไม่จำเป็น)
- ต้นหอม 2 ต้น เฉพาะส่วนที่เป็นสีเขียว หั่นบางๆ สำหรับโรยหน้า

คำแนะนำ:

a) ในชามขนาดใหญ่ รวมไข่ขาว แป้งข้าวโพด ไวน์ข้าว 1 ช้อนโต๊ะ และเกลือ ½ ช้อนชา แล้วคนด้วยตะกร้อมือเล็กน้อยจนแป้งข้าวโพดละลายหมดและไม่เป็นก้อนอีกต่อไป โยนหอยเชลล์และแช่เย็นเป็นเวลา 30 นาที

b) นำหอยเชลล์ออกจากตู้เย็น นำหม้อขนาดกลางใส่น้ำลงไปต้ม. ใส่น้ำมันพืช 1 ช้อนโต๊ะ แล้วลดไฟลงเคี่ยว ใส่หอยเชลล์ลงในน้ำที่กำลังเดือดปุดๆ แล้วปรุงเป็นเวลา 15 ถึง 20 วินาที คนไปเรื่อยๆ จนหอยเชลล์เปลี่ยนเป็นสีขุ่น (หอยเชลล์จะสุกไม่ทั่วถึง)

ใช้พายพาย ย้ายหอยเชลล์ไปยังถาดอบที่ปูด้วยกระดาษเช็ดมือ แล้วซับให้แห้งด้วยกระดาษเช็ดมือ

c) ในถ้วยตวงแก้ว ผสมไวน์ข้าวที่เหลืออีก 1 ช้อนโต๊ะ ซีอิ๊วขาว น้ำส้ม ผิวส้ม และพริกแดงป่นเล็กน้อย (ถ้าใช้) แล้วพักไว้

d) ตั้งกระทะบนไฟร้อนปานกลางจนหยดน้ำร้อนฉ่าและระเหยเมื่อสัมผัส เทน้ำมันที่เหลืออีก 2 ช้อนโต๊ะลงไป คลุกให้ทั่วฐานกระทะ ปรุงรสน้ำมันโดยเติมเกลือ ½ ช้อนชาที่เหลือ

e) ใส่เนื้อหอยเชลล์ลงไปผัดในซอส ผัดหอยเชลล์จนสุกประมาณ 1 นาที ตักใส่จานเสิร์ฟและโรยหน้าด้วยต้นหอม

วัตถุดิบ:

- น้ำมันพืช 1 ถ้วยแบ่ง

- ขิงสดปอกเปลือก 3 ชิ้น
- เกลือโคเชอร์
- พริกหยวกแดง 1 เม็ดหั่นเป็นชิ้นขนาด 1 นิ้ว
- หัวหอมสีขาวขนาดเล็ก 1 หัว หั่นเป็นเส้นบาง ๆ ตามยาว
- ถั่วลันเตา 1 กำมือใหญ่ เอาสายออก
- กลีบกระเทียมขนาดใหญ่ 2 กลีบสับละเอียด
- กุ้งหรือปลา ½ ปอนด์ หั่นเป็นชิ้นขนาด 1 นิ้ว
- ซอสถั่วดำ 1 ช้อนโต๊ะ
- เส้นหมี่แห้งหรือเส้นหมี่แห้ง ½ ปอนด์

คำแนะนำ:

a) ตั้งกระทะบนไฟร้อนปานกลางจนหยดน้ำร้อนฉ่าและระเหยเมื่อสัมผัส เทน้ำมันลงไป 2 ช้อนโต๊ะแล้วหมุนให้เคลือบฐานกระทะ ปรุงรสน้ำมันโดยใส่ขิงฝานและเกลือเล็กน้อย
ปล่อยให้ขิงร้อนฉ่าในน้ำมันประมาณ 30 วินาที หมุนวนเบาๆ
b) ใส่พริกหยวกและหอมหัวใหญ่ลงไปผัดอย่างรวดเร็วโดยคนและพลิกไปมาในกระทะโดยใช้ไม้พาย
c) ปรุงรสด้วยเกลือเล็กน้อย แล้วผัดต่ออีก 4 ถึง 6 นาที จนหัวหอมดูนิ่มและโปร่งแสง ใส่ถั่วลันเตาและกระเทียม ผัดและพลิกอีกประมาณหนึ่งนาทีจนกระเทียมมีกลิ่นหอม โอนผักไปยังจาน
d) ตั้งน้ำมันอีก 1 ช้อนโต๊ะแล้วใส่กุ้งหรือปลาลงไป ค่อยๆ โยนและปรุงรสเบาๆ ด้วยเกลือเล็กน้อย ผัดประมาณ 3 ถึง 4 นาที หรือจนกว่ากุ้งจะเปลี่ยนเป็นสีชมพูหรือเนื้อปลาเริ่มลอกเป็นแผ่น
กลับผักและโยนทุกอย่างเข้าด้วยกันอีก 1 นาที ทิ้งขิงและย้ายกุ้งไปยังจาน กางเต็นท์ด้วยกระดาษฟอยล์เพื่อให้ร่างกายอบอุ่น
e) ล้างกระทะและกลับไปที่ความร้อนสูงปานกลาง เทน้ำมันที่เหลือ (ประมาณ ¾ ถ้วยตวง) แล้วตั้งไฟที่อุณหภูมิ 375°F หรือจนกว่าจะมีฟองและเสียงดังฉ่าๆ ที่ปลายช้อนไม้ ทันทีที่น้ำมันร้อนได้ที่ให้ใส่บะหมี่แห้งลงไป พวกเขาจะเริ่มพองตัวและลอยขึ้นจากน้ำมันทันที ใช้ที่คีบ พลิกก้อนบะหมี่กลับด้านหากคุณต้องการทอดด้านบน จากนั้นค่อยๆ ยกขึ้นจากน้ำมันและวางลงในจานที่รองด้วยกระดาษเช็ดมือเพื่อสะเด็ดน้ำและทำให้เย็น
f) ค่อยๆ แบ่งเส้นบะหมี่ออกเป็นชิ้นเล็กๆ แล้วโรยบนผัดผักและกุ้ง เสิร์ฟทันที

วัตถุดิบ:

สำหรับปลานึ่ง

- ปลาเนื้อขาว 1 ตัว หนักประมาณ 2 ปอนด์ ผ่าหัวและทำความสะอาด
- เกลือโคเชอร์ ½ ถ้วย สำหรับทำความสะอาด
- 3 ต้นหอมหั่นเป็นชิ้นขนาด 3 นิ้ว
- ขิงสดปอกเปลือก 4 ชิ้น แต่ละชิ้นมีขนาดประมาณหนึ่งในสี่
- ไวน์ข้าว Shaoxing 2 ช้อนโต๊ะ

สำหรับซอส

- ซีอิ๊วขาว 2 ช้อนโต๊ะ
- น้ำมันงา 1 ช้อนโต๊ะ
- น้ำตาล 2 ช้อนชา

สำหรับน้ำมันขิงร้อน

- น้ำมันพืช 3 ช้อนโต๊ะ
- ขิงสดปอกเปลือก 2 ช้อนโต๊ะ ปั่นละเอียดเป็นเส้นบางๆ
- 2 ต้นหอมหั่นบาง ๆ
- หอมแดงหั่นบาง ๆ (ไม่จำเป็น)
- ผักชี (ไม่จำเป็น)

คำแนะนำ:

a) ถูปลาทั้งภายในและภายนอกด้วยเกลือโคเชอร์ ล้างปลาและเช็ดให้แห้งด้วยกระดาษเช็ดมือ
b) บนจานที่ใหญ่พอที่จะใส่ตะกร้าหวดไม้ไผ่ได้ ให้จัดเตียงโดยใช้ต้นหอมและขิงอย่างละครึ่ง วางปลาไว้ด้านบน ยัดต้นหอมและขิงที่เหลือลงไปในเนื้อปลา เทไวน์ข้าวลงบนปลา
c) ล้างตะกร้าหวดไม้ไผ่และฝาใต้น้ำเย็นแล้ววางลงในกระทะ เทน้ำเย็นประมาณ 2 นิ้ว หรือจนเลยขอบก้นหม้อนึ่งประมาณ ¼ ถึง ½ นิ้ว แต่อย่าให้สูงจนน้ำแตะก้นตะกร้า นำน้ำไปต้ม
d) วางจานในตะกร้านึ่งและปิดฝา นึ่งปลาด้วยไฟปานกลางเป็นเวลา 15 นาที (เพิ่ม 2 นาทีต่อทุกๆ ครึ่งปอนด์) ก่อนนำออกจากกระทะ ให้ใช้ส้อมจิ้มปลาบริเวณส่วนหัว ถ้าเนื้อล่อนก็เสร็จ ถ้าเนื้อยังติดกันอยู่ ให้นึ่งต่ออีก 2 นาที
e) ในขณะที่ปลากำลังนึ่ง ให้อุ่นถั่วเหลือง น้ำมันงา และน้ำตาลในกระทะขนาดเล็กบนไฟอ่อน แล้วพักไว้
f) เมื่อปลาสุกแล้วให้ย้ายไปยังจานที่สะอาด ทิ้งน้ำยาปรุงอาหารและสารอะโรเมติกส์ออกจากจานสำหรับนึ่ง เทส่วนผสมซีอิ๊วขาวที่อุ่นไว้ลงบนปลา กางเต็นท์ด้วยกระดาษฟอยล์เพื่อให้อุ่นในขณะที่คุณเตรียมน้ำมัน

วัตถุดิบ:

- 1 ไข่ขาวขนาดใหญ่
- ไวน์ข้าว Shaoxing 1 ช้อนโต๊ะ
- แป้งข้าวโพด 2 ช้อนชา
- น้ำมันงา 1 ช้อนชา
- ซีอิ๊วขาว ½ ช้อนชา
- เนื้อปลาไม่มีกระดูก 1 ปอนด์หั่นเป็นชิ้นขนาด 2 นิ้ว
- 4 ช้อนโต๊ะ น้ำมันพืชแบ่ง
- เกลือโคเชอร์
- ขิงสดปอกเปลือก 4 ชิ้น ขนาดประมาณหนึ่งในสี่
- เบบี้บกฉ่อย 3 หัว หั่นเป็นชิ้นพอดีคำ
- 1 กานพลูกระเทียมสับ

คำแนะนำ:

a) ในชามขนาดกลาง ผสมไข่ขาว ไวน์ข้าว แป้งข้าวโพด น้ำมันงา และถั่วเหลืองอ่อนเข้าด้วยกัน เพิ่มปลาในน้ำดองและคนให้เข้ากัน หมักไว้ 10 นาที

b) ตั้งกระทะบนไฟร้อนปานกลางจนหยดน้ำร้อนฉ่าและระเหยเมื่อสัมผัส เทน้ำมันพืช 2 ช้อนโต๊ะ ลงไปคลุกให้ทั่วฐานกระทะ ปรุงรสน้ำมันโดยใส่เกลือเล็กน้อยแล้วคนเบาๆ

c) ใช้ช้อน slotted ยกปลาขึ้นจากน้ำหมักและนำไปย่างในกระทะด้านละประมาณ 2 นาที จนทั้งสองด้านมีสีน้ำตาลอ่อน โอนปลาไปยังจานและพักไว้

d) ใส่น้ำมันพืชที่เหลืออีก 2 ช้อนโต๊ะลงในกระทะ เติมเกลือเล็กน้อยและขิงลงไป ปรุงรสด้วยน้ำมัน หมุนวนเบาๆ เป็นเวลา 30 วินาที ใส่ผักกวางตุ้งและกระเทียมลงไปผัดประมาณ 3 ถึง 4 นาที ผัดไปเรื่อยๆ จนกว่าผักกวางตุ้งจะนิ่ม

e) ใส่ปลาลงในกระทะแล้วค่อยๆ คลุกเคล้ากับผักกวางตุ้งจนเข้ากัน ปรุงรสเล็กน้อยด้วยเกลืออีกเล็กน้อย ถ่ายโอนไปยังจาน ทิ้งขิง และเสิร์ฟทันที

31. หอยแมลงภู่ในซอสถั่วดำ

วัตถุดิบ:

- น้ำมันพืช 3 ช้อนโต๊ะ
- ขิงสดปอกเปลือก 2 ชิ้น แต่ละชิ้นมีขนาดประมาณหนึ่งในสี่
- เกลือโคเชอร์
- 2 ต้นหอมหั่นเป็นชิ้นยาว 2 นิ้ว
- 4 กลีบกระเทียมขนาดใหญ่หั่นบาง ๆ
- หอยแมลงภู่ PEI สด 2 ปอนด์ ขัดและลอกออก
- ไวน์ข้าว Shaoxing 2 ช้อนโต๊ะ
- ซอสถั่วดำ 2 ช้อนโต๊ะหรือซอสถั่วดำที่ซื้อจากร้าน
- น้ำมันงา 2 ช้อนชา
- ผักชีสด ½ พวง สับหยาบ

คำแนะนำ:

a) ตั้งกระทะบนไฟร้อนปานกลางจนหยดน้ำร้อนฉ่าและระเหยเมื่อสัมผัส เทน้ำมันพืชลงไปและหมุนให้เคลือบฐานกระทะ ปรุงรสน้ำมันโดยใส่ขิงฝานและเกลือเล็กน้อย ปล่อยให้ขิงร้อนฉ่าในน้ำมันประมาณ 30 วินาที หมุนวนเบาๆ

b) ใส่ต้นหอมและกระเทียมลงไปผัดประมาณ 10 วินาที หรือจนกว่าต้นหอมจะเหี่ยว

c) ใส่หอยแมลงภู่ลงไปคลุกกับน้ำมัน เทไวน์ข้าวลงด้านข้างกระทะแล้วคนเร็วๆ ปิดฝาและนึ่งนาน 6 ถึง 8 นาที จนกว่าหอยแมลงภู่จะเปิดออก

d) เปิดฝาแล้วใส่ซอสถั่วดำลงไปคลุกให้ทั่วหอยแมลงภู่ ปิดฝาแล้วปล่อยไอน้ำต่ออีก 2 นาที เปิดฝาและแคะเอาหอยแมลงภู่ที่ยังไม่เปิดออก

e) โรยหอยแมลงภู่ด้วยน้ำมันงา ผัดสักครู่จนน้ำมันงามีกลิ่นหอม ทิ้งขิง ย้ายหอยแมลงภู่ไปที่จาน และตกแต่งด้วยผักชี

32. ยอดมะพร้าวแกงปู

วัตถุดิบ:

- น้ำมันพืช 2 ช้อนโต๊ะ
- ขิงสดปอกเปลือก 2 ชิ้นขนาดประมาณหนึ่งในสี่
- เกลือโคเชอร์
- 1 หอมแดงหั่นบาง ๆ
- ผงกะหรี่ 1 ช้อนโต๊ะ
- กะทิ 1 กระป๋อง (13.5 ออนซ์)
- น้ำตาล ¼ ช้อนชา
- ไวน์ข้าว Shaoxing 1 ช้อนโต๊ะ
- เนื้อปูกระป๋องขนาด 1 ปอนด์ สะเด็ดน้ำและหยิบผ่านเพื่อเอาเปลือกออก
- พริกไทยดำบดสด
- ผักชีสับหรือผักชีฝรั่งใบแบน ¼ ถ้วย สำหรับโรยหน้า
- ข้าวต้มสำหรับเสิร์ฟ

คำแนะนำ:

a) ตั้งกระทะบนไฟร้อนปานกลางจนหยดน้ำร้อนฉ่าและระเหยเมื่อสัมผัส เทน้ำมันลงไปคลุกให้ทั่วฐานกระทะ

ปรุงรสน้ำมันโดยใส่ขิงฝานและเกลือเล็กน้อย
ปล่อยให้ขิงร้อนฉ่าในน้ำมันประมาณ 30 วินาที หมุนวนเบาๆ

b) ใส่หอมแดงลงไปผัดประมาณ 10 วินาที ใส่ผงกะหรี่ลงไปผัดให้หอมอีก 10 วินาที

c) ผัดกะทิ น้ำตาล และไวน์ข้าว ปิดฝาและปรุงอาหารเป็นเวลา 5 นาที

d) ผัดปูปิดฝาและปรุงอาหารจนร้อนผ่านประมาณ 5 นาที เปิดฝาออก ปรุงรสด้วยเกลือและพริกไทย แล้วทิ้งขิง ทัพพีวางบนชามข้าวและโรยหน้าด้วยผักชีสับ

33. ปลาหมึกผัดพริกไทยดำ

วัตถุดิบ:

- น้ำมันพืช 3 ถ้วยตวง
- ท่อและหนวดปลาหมึกขนาด 1 ปอนด์ ทำความสะอาดและตัดท่อเป็นวงแหวนขนาด ⅓ นิ้ว
- แป้งข้าวเจ้า ½ ถ้วย
- เกลือโคเชอร์
- พริกไทยดำบดสด ¼ ช้อนชา
- น้ำอัดลม ¾ ถ้วย แช่น้ำแข็งไว้
- ผักชีสดสับหยาบ 2 ช้อนโต๊ะ

คำแนะนำ:

a) เทน้ำมันลงในกระทะ น้ำมันควรลึกประมาณ 1 ถึง 1½ นิ้ว นำน้ำมันไปที่อุณหภูมิ 375°F บนไฟร้อนปานกลาง-สูง คุณสามารถบอกได้ว่าน้ำมันอยู่ในอุณหภูมิที่เหมาะสมเมื่อน้ำมันมีฟองและร้อนฉ่าบริเวณปลายช้อนไม้เมื่อจุ่มลงไป ใช้ทิชชู่ซับปลาหมึกให้แห้ง
b) ในขณะเดียวกัน ในชามตื้น คนแป้งข้าวเจ้ากับเกลือเล็กน้อยและพริกไทย ปัดในน้ำอัดลมให้พอเป็นแป้งบาง ๆ ตะล่อมปลาหมึกและทำงานเป็นชุด ยกปลาหมึกขึ้นจากแป้งโดยใช้พายพายหรือช้อนที่มีรู สะบัดส่วนเกินออก จุ่มลงในน้ำมันร้อนอย่างระมัดระวัง

c) ปรุงปลาหมึกประมาณ 3 นาทีจนเป็นสีเหลืองทองและกรอบ ใช้พายพายตักปลาหมึกออกจากน้ำมันแล้วนำไปวางในจานที่มีกระดาษเช็ดมือ ปรุงรสด้วยเกลือเล็กน้อย ทำซ้ำกับปลาหมึกที่เหลือ

d) โอนปลาหมึกไปยังจานและประดับด้วยผักชี เสิร์ฟร้อน

วัตถุดิบ:

- 1 (16 ออนซ์) คอนเทนเนอร์หอยนางรมขนาดเล็ก
- แป้งข้าวเจ้า ½ ถ้วย
- แป้งอเนกประสงค์ ½ ถ้วย แบ่งไว้
- ผงฟู ½ ช้อนชา
- เกลือโคเชอร์
- พริกไทยขาวป่น
- ผงหัวหอม ¼ ช้อนชา
- น้ำอัดลม ¾ ถ้วย แช่เย็น
- น้ำมันงา 1 ช้อนชา
- น้ำมันพืช 3 ถ้วยตวง
- กลีบกระเทียมขนาดใหญ่ 3 กลีบหั่นบาง ๆ
- 1 พริกแดงขนาดเล็กหั่นสี่เหลี่ยมลูกเต๋า
- พริกเขียว 1 เม็ดหั่นสี่เหลี่ยมลูกเต๋า
- 1 ต้นหอมหั่นบาง ๆ

คำแนะนำ:

a) ในชามผสม ให้ผสมแป้งข้าวเจ้า แป้งอเนกประสงค์ ¼ ถ้วย ผงฟู เกลือ พริกไทยขาวอย่างละหยิบมือ และผงหัวหอม เติมน้ำอัดลมและน้ำมันงา ผสมจนเนียน พักไว้
b) ตั้งกระทะใส่น้ำมันพืชบนไฟร้อนปานกลางถึง 375°F หรือจนกว่าจะมีฟองและเสียงดังฉ่าๆ ที่ปลายช้อนไม้
c) ซับหอยนางรมด้วยผ้ากระดาษและขุดแป้งอเนกประสงค์ที่เหลือ ¼ ถ้วย จุ่มหอยนางรมทีละตัวในแป้งข้าวเจ้า แล้วค่อยๆ หย่อนลงในน้ำมันร้อน
d) ทอดหอยนางรมประมาณ 3 ถึง 4 นาที หรือจนเป็นสีเหลืองทอง ถ่ายโอนไปยังตะแกรงระบายความร้อนด้วยลวดที่ติดตั้งบนแผ่นอบเพื่อระบายออก โรยเกลือเล็กน้อย
e) ปรับอุณหภูมิน้ำมันกลับเป็น 375°F แล้วเจียวกระเทียมและพริกเป็นเวลาสั้น ๆ จนกรอบแต่ยังมีสีสันสดใส ประมาณ 45 วินาที ด้วยตะแกรงลวด ยกขึ้นจากน้ำมันและวางบนจานที่มีกระดาษเช็ดมือ
f) จัดหอยนางรมใส่จานแล้วโรยกระเทียมและพริกให้ทั่ว โรยหน้าด้วยต้นหอมหั่นแว่น เสิร์ฟทันที

34. กุ้งเผาไก่

วัตถุดิบ:

- ซีอิ๊วขาว 3 ช้อนชา

- แป้งข้าวโพด 2½ ช้อนชา
- น้ำส้มสายชูดำจีน 2 ช้อนชา
- ไวน์ข้าว Shaoxing 1 ช้อนชา
- น้ำมันงา 1 ช้อนชา
- ¾ ทุบน่องไก่ไม่มีกระดูก ไม่มีหนัง หั่นเป็น 1 นิ้ว
- น้ำมันพืช 2 ช้อนโต๊ะ
- พริกแดงแห้ง 6 ถึง 8 เม็ด
- 3 ต้นหอม, แยกส่วนสีขาวและสีเขียว, หั่นบาง ๆ
- 2 กลีบกระเทียมสับ
- 1 ช้อนชา ขิงสดปอกเปลือกสับละเอียด
- ถั่วลิสงคั่วแห้งไม่ใส่เกลือ ¼ ถ้วย

คำแนะนำ:

a) ในชามขนาดกลาง ผสมถั่วเหลืองอ่อน แป้งข้าวโพด น้ำส้มสายชูดำ ไวน์ข้าว และน้ำมันงา จนแป้งข้าวโพดละลาย ใส่ไก่ลงไปผัดเบา ๆ ให้เคลือบ หมักไว้ประมาณ 10 ถึง 15 นาที หรือพอมีเวลาเตรียมส่วนผสมที่เหลือ
b) ตั้งกระทะบนไฟร้อนปานกลางจนหยดน้ำร้อนฉ่าและระเหยเมื่อสัมผัส เทน้ำมันพืชลงไปและหมุนให้เคลือบฐานกระทะ
c) ใส่พริกลงไปผัดประมาณ 10 วินาที หรือจนพริกเริ่มดำและน้ำมันมีกลิ่นหอมเล็กน้อย
d) ใส่ไก่ หมักน้ำดองไว้ แล้วผัดประมาณ 3 ถึง 4 นาทีจนไม่มีสีชมพูอีกต่อไป
e) โยนต้นหอมขาว กระเทียม และขิงลงไปผัดประมาณ 30 วินาที เทน้ำดองลงไปคลุกเคล้าให้ทั่วไก่ โยนถั่วลิสงลงไปแล้วปรุงต่ออีก 2 ถึง 3 นาที จนกว่าซอสจะมันวาว
f) ตักใส่จานเสิร์ฟ โรยหน้าด้วยต้นหอมซอย เสิร์ฟร้อนๆ

35. ไก่บรอกโคลี

วัตถุดิบ:

- ไวน์ข้าว Shaoxing 1 ช้อนโต๊ะ
- ซีอิ๊วขาว 2 ช้อนชา
- กระเทียมสับ 1 ช้อนชา
- แป้งข้าวโพด 1 ช้อนชา
- น้ำตาล ¼ ช้อนชา
- ¾ ทุบน่องไก่ไม่มีกระดูก ไม่มีหนัง หั่นเป็นชิ้นขนาด 2 นิ้ว
- น้ำมันพืช 2 ช้อนโต๊ะ
- ขิงสดปอกเปลือก 4 ชิ้น ขนาดประมาณหนึ่งในสี่
- เกลือโคเชอร์
- บรอกโคลี 1 ปอนด์หั่นเป็นดอกขนาดพอดีคำ
- น้ำ 2 ช้อนโต๊ะ
- เกล็ดพริกแดง (ไม่จำเป็น)
- ซอสถั่วดำ ¼ ถ้วยหรือซอสถั่วดำที่ซื้อตามร้าน

คำแนะนำ:

a) ในชามขนาดเล็ก ผสมไวน์ข้าว ซีอิ๊วขาว กระเทียม แป้งข้าวโพด และน้ำตาลเข้าด้วยกัน เพิ่มไก่และหมักเป็นเวลา 10 นาที

b) ตั้งกระทะบนไฟร้อนปานกลางจนหยดน้ำร้อนฉ่าและระเหยเมื่อสัมผัส เทน้ำมันพืชลงไปและหมุนให้เคลือบฐานกระทะ ใส่ขิงและเกลือเล็กน้อย ปล่อยให้ขิงร้อนฉ่าประมาณ 30 วินาที หมุนวนเบาๆ

c) โอนไก่ไปที่กระทะทิ้งน้ำดอง ผัดไก่เป็นเวลา 4 ถึง 5 นาทีจนไม่มีสีชมพูอีกต่อไป ใส่บรอกโคลี น้ำ และพริกแดงป่นเล็กน้อย (ถ้าใช้) แล้วผัดประมาณ 1 นาที ปิดฝากระทะและนึ่งบรอกโคลีเป็นเวลา 6 ถึง 8 นาที จนกว่าจะกรอบและนุ่ม

d) ผัดซอสถั่วดำจนเคลือบและผ่านความร้อนประมาณ 2 นาที หรือจนกว่าซอสจะข้นขึ้นเล็กน้อยและเป็นมัน

e) ทิ้งขิง ถ่ายโอนไปยังจานและเสิร์ฟร้อน

36. ไก่ส้มเขียวหวาน

วัตถุดิบ:

- 3 ไข่ขาวขนาดใหญ่
- แป้งข้าวโพด 2 ช้อนโต๊ะ
- ซีอิ๊วขาว 1½ ช้อนโต๊ะ แบ่งไว้
- พริกไทยขาวป่น ¼ ช้อนชา
- ¾ ทุบน่องไก่ไม่มีกระดูก ไม่มีหนัง หั่นเป็นชิ้นขนาดพอดีคำ
- น้ำมันพืช 3 ถ้วยตวง
- ขิงสดปอกเปลือก 4 ชิ้น แต่ละชิ้นมีขนาดประมาณหนึ่งในสี่
- พริกไทยเสฉวน 1 ช้อนชา ทุบให้แตกเล็กน้อย
- เกลือโคเชอร์
- หัวหอมสีเหลือง ½ หัว หั่นบางๆ เป็นเส้นกว้าง ¼ นิ้ว
- เปลือกส้มเขียวหวาน 1 ลูก หั่นเป็นเส้นหนา ⅛ นิ้ว
- น้ำส้มเขียวหวาน 2 ลูก (ประมาณ ½ ถ้วย)
- น้ำมันงา 2 ช้อนชา
- น้ำส้มสายชูข้าว ½ ช้อนชา
- น้ำตาลทรายแดง
- ต้นหอม 2 ต้น หั่นบางๆ สำหรับโรยหน้า
- งา 1 ช้อนโต๊ะสำหรับโรยหน้า

คำแนะนำ:

a) ในชามผสม ใช้ส้อมหรือเครื่องตีตีไข่ขาวจนเป็นฟองและจนจับตัวเป็นก้อนเป็นฟอง ผัดแป้งข้าวโพด ซีอิ๊วขาว 2 ช้อนชา และพริกไทยขาวจนเข้ากัน พับไก่และหมักไว้ 10 นาที
b) เทน้ำมันลงในกระทะ น้ำมันควรลึกประมาณ 1 ถึง 1½ นิ้ว นำน้ำมันไปที่อุณหภูมิ 375°F บนไฟร้อนปานกลาง-สูง คุณสามารถบอกได้ว่าน้ำมันอยู่ในอุณหภูมิที่เหมาะสมเมื่อคุณจุ่มปลายช้อนไม้ลงในน้ำมัน ถ้าน้ำมันเกิดฟองและเสียงดังฉ่าๆ แสดงว่าน้ำมันพร้อมแล้ว
c) ใช้ช้อนแบบมีรูหรือพายสำหรับตักเนื้อไก่ ยกไก่ขึ้นจากน้ำดองและสลัดส่วนเกินออก จุ่มลงในน้ำมันร้อนอย่างระมัดระวัง ทอดไก่เป็นชุดๆ เป็นเวลา 3 ถึง 4 นาที หรือจนกว่าไก่จะเป็นสีน้ำตาลทองและกรอบบนพื้นผิว ถ่ายโอนไปยังจานที่มีกระดาษเช็ดมือ
d) เทน้ำมันออกจากกระทะให้หมด ยกเว้น 1 ช้อนโต๊ะ แล้วตั้งไฟกลาง-สูง หมุนน้ำมันให้เคลือบฐานกระทะ ปรุงรสน้ำมันโดยใส่ขิง พริกไทย และเกลือเล็กน้อย ปล่อยให้ขิงและพริกไทยร้อนฉ่าในน้ำมันประมาณ 30 วินาที หมุนวนเบาๆ
e) ใส่หัวหอมลงไปผัด ผัดและพลิกด้วยไม้พายเป็นเวลา 2 ถึง 3 นาที หรือจนกว่าหัวหอมจะนิ่มและโปร่งแสง ใส่เปลือกส้มเขียวหวานลงไปผัดต่ออีก 1 นาที หรือจนมีกลิ่นหอม
f) ใส่น้ำส้มเขียวหวาน น้ำมันงา น้ำส้มสายชู และน้ำตาลทรายแดงเล็กน้อย นำซอสไปต้มและเคี่ยวประมาณ 6 นาทีจนลดลงครึ่งหนึ่ง มันควรจะเป็นน้ำเชื่อมและมีรสเปรี้ยวมาก ชิมรสและเติมเกลือเล็กน้อยหากจำเป็น
g) ปิดไฟแล้วใส่ไก่ทอดคลุกเคล้ากับซอส โอนไก่ไปยังจาน ทิ้งขิง และโรยหน้าด้วยต้นหอมและงา เสิร์ฟร้อน

37. ไก่ผัดเม็ดมะม่วงหิมพาน

ให้บริการ 4 ถึง 6

วัตถุดิบ:

- ซีอิ๊วขาว 1 ช้อนโต๊ะ
- ไวน์ข้าว Shaoxing 2 ช้อนชา
- แป้งข้าวโพด 2 ช้อนชา
- น้ำมันงา 1 ช้อนชา
- พริกไทยเสฉวนป่น ½ ช้อนชา
- ¾ ทุบน่องไก่ไม่มีกระดูก ไม่มีหนัง หั่นเป็นก้อนขนาด 1 นิ้ว
- น้ำมันพืช 2 ช้อนโต๊ะ
- ชิ้น ½ นิ้ว ปอกเปลือกขิงสดสับละเอียด
- เกลือโคเชอร์
- พริกหยวกแดง ½ ลูก หั่นเป็นชิ้นขนาด ½ นิ้ว
- 1 บวบขนาดเล็กหั่นเป็นชิ้นขนาด ½ นิ้ว
- 2 กลีบกระเทียมสับ
- เม็ดมะม่วงหิมพานต์คั่วแห้งไม่ใส่เกลือ ½ ถ้วย
- ต้นหอม 2 ต้น แยกส่วนสีขาวและสีเขียวออก หั่นบาง ๆ

คำแนะนำ:

a) ในชามขนาดกลาง คนให้เข้ากันด้วยถั่วเหลือง ไวน์ข้าว แป้งข้าวโพด น้ำมันงา และพริกไทยเสฉวน ใส่ไก่ลงไปผัดเบา ๆ ให้เคลือบ หมักทิ้งไว้ 15 นาที หรือพอมีเวลาเตรียมส่วนผสมที่เหลือ
b) ตั้งกระทะบนไฟร้อนปานกลางจนหยดน้ำร้อนฉ่าและระเหยเมื่อสัมผัส เทน้ำมันพืชลงไปและหมุนให้เคลือบฐานกระทะ
ปรุงรสน้ำมันโดยใส่ขิงและเกลือเล็กน้อย
ปล่อยให้ขิงร้อนฉ่าในน้ำมันประมาณ 30 วินาที หมุนวนเบาๆ
c) ใช้คีมคีบไก่ยกขึ้นจากน้ำหมักและย้ายไปยังกระทะ สำรองน้ำหมักไว้ ผัดไก่เป็นเวลา 4 ถึง 5 นาทีจนไม่มีสีชมพูอีกต่อไป ใส่พริกหยวกแดง ซูกินี และกระเทียมลงไปผัดประมาณ 2 ถึง 3 นาที หรือจนกว่าผักจะนิ่ม
d) เทน้ำดองลงไปคลุกเคล้าส่วนผสมอื่นๆ
นำน้ำดองไปต้มและผัดต่อไปประมาณ 1 ถึง 2 นาที จนกว่าซอสจะข้นและมันวาว
ผัดเม็ดมะม่วงหิมพานต์และปรุงอาหารอีกสักครู่
e) ตักใส่จานเสิร์ฟ โรยหน้าด้วยต้นหอม เสิร์ฟร้อนๆ

38. ไก่กำมะหยี่และถั่วหิมะ

วัตถุดิบ:

- 2 ไข่ขาวขนาดใหญ่
- แป้งข้าวโพด 2 ช้อนโต๊ะ บวก 1 ช้อนชา
- อกไก่ไร้กระดูก ¾ ปอนด์ ไร้หนัง
- น้ำมันพืช 3½ ช้อนโต๊ะ แบ่งไว้
- น้ำซุปไก่โซเดียมต่ำ ⅓ ถ้วยตวง
- ไวน์ข้าว Shaoxing 1 ช้อนโต๊ะ
- เกลือโคเชอร์
- พริกไทยขาวป่น
- ขิงสดปอกเปลือก 4 ชิ้น
- 1 (4 ออนซ์) หน่อไม้หั่นบาง ๆ ล้างและสะเด็ดน้ำ
- 3 กลีบกระเทียมสับ
- ถั่วลันเตา ¾ ปอนด์หรือถั่วลันเตาน้ำตาล แกะเปลือกออก

คำแนะนำ:

a) ในชามผสม ใช้ส้อมหรือเครื่องตี ตีไข่ขาวจนเป็นฟองและไข่ขาวที่จับตัวเป็นก้อนแน่นขึ้นจะเป็นฟอง ผัดแป้งข้าวโพด 2 ช้อนโต๊ะจนเข้ากันดีและไม่จับตัวเป็นก้อน ใส่ไก่และน้ำมันพืช 1 ช้อนโต๊ะลงไปหมัก

b) ในชามขนาดเล็ก คนน้ำซุปไก่ ไวน์ข้าว และแป้งข้าวโพด 1 ช้อนชาที่เหลือให้เข้ากัน ปรุงรสด้วยเกลือและพริกไทยขาวอย่างละหยิบมือ พักไว้

c) นำกระทะขนาดกลางใส่น้ำตั้งไฟแรงจนเดือด ใส่น้ำมัน ½ ช้อนโต๊ะ แล้วลดไฟลงจนเดือดปุดๆ ใช้พายพายหรือช้อนตักน้ำหมักออก นำไก่ไปต้มในน้ำเดือด คนไก่เพื่อไม่ให้ชิ้นไก่จับกันเป็นก้อน ปรุงอาหารเป็นเวลา 40 ถึง 50 วินาที จนเนื้อไก่ด้านนอกเป็นสีขาวแต่ยังไม่สุก
สะเด็ดน้ำไก่ในกระชอนและสลัดน้ำส่วนเกินออก ทิ้งน้ำเดือด

d) ตั้งกระทะบนไฟร้อนปานกลางจนหยดน้ำร้อนฉ่าและระเหยเมื่อสัมผัส เทน้ำมันที่เหลืออีก 2 ช้อนโต๊ะลงไป คลุกให้ทั่วฐานกระทะ ปรุงรสน้ำมันโดยใส่ขิงฝานและเกลือ ปล่อยให้ขิงร้อนฉ่าในน้ำมันประมาณ 30 วินาที หมุนวนเบาๆ

e) ใส่หน่อไม้และกระเทียมลงไป แล้วใช้ไม้พายในกระทะผัดให้น้ำมันเคลือบและปรุงอาหารจนมีกลิ่นหอม ประมาณ 30 วินาที ใส่ถั่วลันเตาลงไปผัดประมาณ 2 นาทีจนเป็นสีเขียวสดและกรอบ ใส่ไก่ลงในกระทะและหมุนส่วนผสมซอส
โยนให้เคลือบและปรุงอาหารต่ออีก 1 ถึง 2 นาที

f) ถ่ายโอนไปยังจานและทิ้งขิง เสิร์ฟร้อน

วัตถุดิบ:

- ซีอิ๊วขาว 1 ช้อนโต๊ะ
- น้ำมันงา 1 ช้อนชา
- แป้งข้าวโพด 1 ช้อนชา
- ¾ ทุบน่องไก่ไม่มีกระดูก ไม่มีหนัง หั่นเป็นชิ้นขนาดพอดีคำ
- น้ำมันพืช 3 ช้อนโต๊ะแบ่ง
- ขิงสดปอกเปลือก 1 ชิ้น ขนาดประมาณหนึ่งในสี่
- เกลือโคเชอร์
- หัวหอมสีเหลืองขนาดเล็ก 1 หัว หั่นเป็นชิ้นขนาดพอดีคำ
- พริกหยวกแดง ½ ลูก หั่นเป็นชิ้นขนาดพอดีคำ
- พริกหยวกสีเหลืองหรือเขียว ½ ลูก หั่นเป็นชิ้นขนาดพอดีคำ
- 3 กลีบกระเทียมสับ
- ซอสถั่วดำ ⅓ ถ้วยหรือซอสถั่วดำที่ซื้อจากร้าน

คำแนะนำ:

a) ในชามใบใหญ่ ผัดซีอิ๊วขาว น้ำมันงา และแป้งข้าวโพดให้เข้ากันจนแป้งข้าวโพดละลาย ใส่ไก่ลงไปคลุกในน้ำดอง วางไก่ไว้หมักเป็นเวลา 10 นาที

b) ตั้งกระทะบนไฟร้อนปานกลางจนหยดน้ำร้อนฉ่าและระเหยเมื่อสัมผัส เทน้ำมันพืช 2 ช้อนโต๊ะ ลงไปคลุกให้ทั่วฐานกระทะ ปรุงรสน้ำมันโดยใส่ขิงและเกลือเล็กน้อย ปล่อยให้ขิงร้อนฉ่าในน้ำมันประมาณ 30 วินาที หมุนวนเบาๆ

c) โอนไก่ไปที่กระทะและทิ้งน้ำดอง ปล่อยให้ชิ้นส่วนย่างในกระทะเป็นเวลา 2 ถึง 3 นาที พลิกเพื่อย่างอีกด้านต่ออีก 1 ถึง 2 นาที ผัดโดยพลิกไปมาในกระทะเร็วๆ อีก 1 นาที ถ่ายโอนไปยังชามที่สะอาด

d) ใส่น้ำมันที่เหลืออีก 1 ช้อนโต๊ะ แล้วโยนหัวหอมและพริกหยวกลงไป ผัดเร็วๆ เป็นเวลา 2 ถึง 3 นาที ตะหลิวพลิกผักด้วยไม้พายจนหัวหอมดูโปร่งแสงแต่เนื้อแน่น ใส่กระเทียมลงไปผัดต่ออีก 30 วินาที

e) ใส่ไก่ลงในกระทะและเพิ่มซอสถั่วดำ โยนและพลิกจนเคลือบไก่และผัก

f) ถ่ายโอนไปยังจาน ทิ้งขิง และเสิร์ฟร้อน

39. ไก่ถั่วเขียว

วัตถุดิบ:

- ¾ ทุบน่องไก่ไม่มีกระดูก ไม่มีหนัง หั่นเป็นเส้นขนาดพอดีคำ
- ไวน์ข้าว Shaoxing 3 ช้อนโต๊ะ แบ่งไว้
- แป้งข้าวโพด 2 ช้อนชา
- เกลือโคเชอร์
- สะเก็ดพริกแดง
- น้ำมันพืช 3 ช้อนโต๊ะแบ่ง
- ขิงสดปอกเปลือก 4 ชิ้น แต่ละชิ้นมีขนาดประมาณหนึ่งในสี่
- ¾ ทุบถั่วเขียว เล็มและผ่าครึ่งตามขวางตามแนวขวาง
- ซีอิ๊วขาว 2 ช้อนโต๊ะ
- น้ำส้มสายชูข้าวปรุงรส 1 ช้อนโต๊ะ
- อัลมอนด์ฝาน ¼ ถ้วย ปิ้ง
- น้ำมันงา 2 ช้อนชา

คำแนะนำ:

a) ในชามผสม ให้ผสมไก่กับไวน์ข้าว 1 ช้อนโต๊ะ แป้งข้าวโพด เกลือเล็กน้อย และพริกแดงป่นเล็กน้อย ผัดให้ไก่เคลือบอย่างสม่ำเสมอ หมักไว้ 10 นาที
b) ตั้งกระทะบนไฟร้อนปานกลางจนหยดน้ำร้อนฉ่าและระเหยเมื่อสัมผัส เทน้ำมันพืช 2 ช้อนโต๊ะ ลงไปคลุกให้ทั่วฐานกระทะ ปรุงรสน้ำมันโดยใส่ขิงและเกลือเล็กน้อย
ปล่อยให้ขิงร้อนฉ่าในน้ำมันประมาณ 30 วินาที หมุนวนเบาๆ
c) ใส่ไก่และน้ำหมักลงในกระทะแล้วผัดประมาณ 3 ถึง 4 นาที หรือจนกว่าไก่จะสุกเล็กน้อยและไม่เป็นสีชมพูอีกต่อไป
ถ่ายโอนไปยังชามที่สะอาดและพักไว้
d) ใส่น้ำมันพืชที่เหลืออีก 1 ช้อนโต๊ะ แล้วผัดถั่วเขียวประมาณ 2 ถึง 3 นาที หรือจนกว่าจะเปลี่ยนเป็นสีเขียวสด กลับไก่ไปที่กระทะและโยนให้เข้ากัน เติมไวน์ข้าวที่เหลืออีก 2 ช้อนโต๊ะ ซีอิ๊วขาว และน้ำส้มสายชู โยนให้เข้ากันและเคลือบและปล่อยให้ถั่วเขียวเคี่ยวต่ออีก 3 นาที หรือจนกว่าถั่วเขียวจะนิ่ม นำขิงออกและทิ้ง
e) โยนอัลมอนด์ลงไปและถ่ายโอนไปยังจาน ราดด้วยน้ำมันงา เสิร์ฟร้อนๆ

40. ไก่ซอสงา

วัตถุดิบ:

- 3 ไข่ขาวขนาดใหญ่
- แป้งข้าวโพด 3 ช้อนโต๊ะ แบ่งไว้
- ซีอิ๊วขาว 1½ ช้อนโต๊ะ แบ่งไว้
- ต้นขาไก่ไม่มีกระดูกไม่มีกระดูก 1 ปอนด์หั่นเป็นชิ้นขนาดพอดีคำ
- น้ำมันพืช 3 ถ้วยตวง
- ขิงสดปอกเปลือก 3 ชิ้น แต่ละชิ้นมีขนาดประมาณหนึ่งในสี่
- เกลือโคเชอร์
- สะเก็ดพริกแดง
- 3 กลีบกระเทียมสับหยาบ
- น้ำซุปไก่โซเดียมต่ำ ¼ ถ้วย
- น้ำมันงา 2 ช้อนโต๊ะ
- ต้นหอม 2 ต้น หั่นบางๆ สำหรับโรยหน้า
- งา 1 ช้อนโต๊ะสำหรับโรยหน้า

คำแนะนำ:

a) ในชามผสม ใช้ส้อมหรือเครื่องตี ตีไข่ขาวจนเป็นฟองและไข่ขาวที่จับตัวเป็นก้อนแน่นขึ้นจะเป็นฟอง ผสมแป้งข้าวโพด 2 ช้อนโต๊ะและถั่วเหลืองอ่อน 2 ช้อนชาจนเข้ากันดี พับไก่และหมักไว้ 10 นาที

b) เทน้ำมันลงในกระทะ น้ำมันควรลึกประมาณ 1 ถึง 1½ นิ้ว นำน้ำมันไปที่อุณหภูมิ 375°F บนไฟร้อนปานกลาง-สูง คุณสามารถบอกได้ว่าน้ำมันอยู่ในอุณหภูมิที่เหมาะสมเมื่อคุณจุ่มปลายช้อนไม้ลงในน้ำมัน ถ้าน้ำมันเกิดฟองและเสียงดังฉ่าๆ แสดงว่าน้ำมันพร้อมแล้ว

c) ใช้ช้อนแบบมีรูหรือพายสำหรับตักเนื้อไก่ ยกไก่ขึ้นจากน้ำดองและสลัดส่วนเกินออก จุ่มลงในน้ำมันร้อนอย่างระมัดระวัง ทอดไก่เป็นชุดๆ เป็นเวลา 3 ถึง 4 นาที หรือจนกว่าไก่จะเป็นสีน้ำตาลทองและกรอบบนพื้นผิว ถ่ายโอนไปยังจานที่มีกระดาษเช็ดมือ

d) เทน้ำมันออกจากกระทะให้หมด ยกเว้น 1 ช้อนโต๊ะ แล้วตั้งไฟกลาง-สูง หมุนน้ำมันให้เคลือบฐานกระทะ ปรุงรสน้ำมันโดยใส่ขิงและเกลือเล็กน้อยและพริกแดงป่น ปล่อยให้ขิงและพริกไทยป่นร้อนฉ่าในน้ำมันประมาณ 30 วินาที หมุนวนเบาๆ

e) ใส่กระเทียมลงไปผัด ผัดและพลิกด้วยไม้พายเป็นเวลา 30 วินาที ผัดในน้ำซุปไก่ ซีอิ๊วขาวที่เหลือ 2½ ช้อนชา และแป้งข้าวโพด 1 ช้อนโต๊ะที่เหลือ เคี่ยวประมาณ 4 ถึง 5 นาที จนซอสข้นขึ้นและเป็นมัน ใส่น้ำมันงาลงไปผัดให้เข้ากัน

f) ปิดไฟแล้วใส่ไก่ทอดคลุกเคล้ากับซอส นำขิงออกและทิ้ง ตักใส่จานและโรยหน้าด้วยต้นหอมซอยและงา

41. ไก่ผัดเปรี้ยวหวาน

วัตถุดิบ:

- แป้งข้าวโพด 2 ช้อนชา และน้ำเปล่า 2 ช้อนโต๊ะ
- น้ำมันพืช 3 ช้อนโต๊ะแบ่ง
- ขิงสดปอกเปลือก 4 ชิ้น
- ¾ ทุบสะโพกไก่ไร้กระดูก ไร้หนัง หั่นเป็นชิ้นพอดีคำ
- พริกหยวกแดง ½ ลูก หั่นเป็นชิ้นขนาด ½ นิ้ว
- พริกหยวกเขียว ½ ลูก หั่นเป็นชิ้นขนาด ½ นิ้ว
- หัวหอมสีเหลือง ½ หัว หั่นเป็นชิ้นขนาด ½ นิ้ว
- สับปะรดกระป๋อง 1 ชิ้น (8 ออนซ์) คั้นเอาแต่น้ำ คั้นเอาแต่น้ำ
- 1 (4 ออนซ์) สามารถหั่นเกาลัดน้ำได้
- น้ำซุปไก่โซเดียมต่ำ ¼ ถ้วย
- น้ำตาลทรายแดง 2 ช้อนโต๊ะ
- น้ำส้มสายชูแอปเปิ้ลไซเดอร์ 2 ช้อนโต๊ะ
- ซอสมะเขือเทศ 2 ช้อนโต๊ะ
- ซอส Worcestershire 1 ช้อนชา
- ต้นหอม 3 ต้น หั่นบางๆ สำหรับโรยหน้า

คำแนะนำ:

a) ในชามขนาดเล็ก คนแป้งข้าวโพดและน้ำให้เข้ากันแล้วพักไว้

b) ตั้งกระทะบนไฟร้อนปานกลางจนหยดน้ำร้อนฉ่าและระเหยเมื่อสัมผัส เทน้ำมันลงไป 2 ช้อนโต๊ะแล้วหมุนให้เคลือบฐานกระทะ ปรุงรสน้ำมันโดยใส่ขิงและเกลือเล็กน้อย

ปล่อยให้ขิงร้อนฉ่าในน้ำมันประมาณ 30 วินาที หมุนวนเบาๆ

c) ใส่ไก่ลงไปผัดกับกระทะเป็นเวลา 2 ถึง 3 นาที พลิกและโยนไก่ ผัดต่ออีกประมาณ 1 นาที หรือจนไม่มีสีชมพู โอนไปยังชามและพักไว้

d) เติมน้ำมันที่เหลืออีก 1 ช้อนโต๊ะแล้วคลุกเคล้าให้ทั่ว ผัดพริกหวานสีแดงและสีเขียวและหัวหอมเป็นเวลา 3 ถึง 4 นาทีจนนิ่มและโปร่งแสง ใส่สับปะรดและแห้วแล้วผัดต่อไปอีกนาที ใส่ผักลงในไก่แล้วพักไว้

e) เทน้ำสับปะรดที่สำรองไว้ น้ำซุปไก่ น้ำตาลทรายแดง น้ำส้มสายชู ซอสมะเขือเทศ และวูสเตอร์ซอสลงในกระทะแล้วนำไปต้มให้ความร้อนสูงปานกลางและปรุงอาหารประมาณ 4 นาที จนกว่าของเหลวจะลดลงครึ่งหนึ่ง

f) นำไก่และผักใส่กระทะแล้วโยนให้เข้ากันกับซอส คนส่วนผสมแป้งข้าวโพดกับน้ำอย่างรวดเร็วแล้วใส่ลงในกระทะ โยนและพลิกทุกอย่างจนแป้งข้าวโพดเริ่มข้นซอสกลายเป็นมัน

g) หั่นขิงทิ้ง ตักใส่จาน โรยหน้าด้วยต้นหอม เสิร์ฟร้อนๆ

42. หมูปิ้งไก่กระทะ

วัตถุดิบ:

- ซีอิ๊วขาว 1 ช้อนโต๊ะ
- ไวน์ข้าว Shaoxing 1 ช้อนโต๊ะ
- น้ำมันงา 2 ช้อนชา
- อกไก่ไร้กระดูก ¾ ทุบ หั่นเป็นชิ้น
- น้ำซุปไก่โซเดียมต่ำ ½ ถ้วยตวง
- ซอสหอยนางรม2ช้อนโต๊ะ
- น้ำตาล 1 ช้อนชา
- แป้งข้าวโพด 1 ช้อนโต๊ะ
- น้ำมันพืช 3 ช้อนโต๊ะแบ่ง
- ขิงสดปอกเปลือก 4 ชิ้น
- เห็ดกระดุมสด 4 ออนซ์ หั่นบาง ๆ
- 1 (4 ออนซ์) สามารถหั่นหน่อไม้ได้
- 1 (4 ออนซ์) สามารถหั่นเกาลัดน้ำได้
- 1 กานพลูกระเทียมสับละเอียด

คำแนะนำ:

a) ในชามขนาดใหญ่ ผสมถั่วเหลือง ไวน์ข้าว และน้ำมันงาจนเนียน ใส่ไก่ลงไปคลุกให้ทั่ว หมักไว้ 15 นาที

b) ในชามขนาดเล็ก ผสมน้ำซุปไก่ ซอสหอยนางรม น้ำตาลและแป้งข้าวโพดเข้าด้วยกันจนเนียน พักไว้
c) ตั้งกระทะบนไฟร้อนปานกลางจนหยดน้ำร้อนฉ่าและระเหยเมื่อสัมผัส เทน้ำมันพืช 2 ช้อนโต๊ะ ลงไปคลุกให้ทั่วฐานกระทะ ปรุงรสน้ำมันโดยใส่ขิงและเกลือเล็กน้อย
ปล่อยให้ขิงร้อนฉ่าในน้ำมันประมาณ 30 วินาที หมุนวนเบาๆ
d) เพิ่มไก่และทิ้งน้ำดอง ผัดประมาณ 2 ถึง 3 นาทีจนไก่ไม่เป็นสีชมพูอีกต่อไป ถ่ายโอนไปยังชามที่สะอาดและพักไว้
e) ใส่น้ำมันพืชที่เหลืออีก 1 ช้อนโต๊ะ ผัดเห็ดเป็นเวลา 3 ถึง 4 นาที โยนและพลิกอย่างรวดเร็ว ทันทีที่เห็ดแห้ง ให้หยุดผัดและปล่อยให้เห็ดนั่งบนกระทะร้อนประมาณหนึ่งนาที
f) ใส่หน่อไม้ แห้ว และกระเทียม ผัดประมาณ 1 นาที หรือจนกระเทียมมีกลิ่นหอม
ใส่ไก่กลับลงไปในกระทะแล้วคลุกเคล้าให้เข้ากัน
g) ผัดซอสให้เข้ากันแล้วใส่กระทะ ผัดและปรุงอาหารจนซอสเริ่มเดือด ประมาณ 45 วินาที คลุกเคล้าไปมาจนซอสข้นขึ้นเป็นมัน นำขิงออกและทิ้ง

43. ไข่ฟูหยง

วัตถุดิบ:

- ไข่ใบใหญ่ 5 ฟอง ที่อุณหภูมิห้อง
- เกลือโคเชอร์
- พริกไทยขาวป่น
- เห็ดหอมฝานบางๆ ½ ถ้วยตวง
- ถั่วลันเตาแช่แข็ง ½ ถ้วย ละลาย
- 2 ต้นหอมสับ
- น้ำมันงา 2 ช้อนชา
- น้ำซุปไก่โซเดียมต่ำ ½ ถ้วยตวง
- ซอสหอยนางรม1½ ช้อนโต๊ะ
- ไวน์ข้าว Shaoxing 1 ช้อนโต๊ะ
- น้ำตาล ½ ช้อนชา
- ซีอิ๊วขาว 2 ช้อนโต๊ะ
- แป้งข้าวโพด 1 ช้อนโต๊ะ
- น้ำมันพืช 3 ช้อนโต๊ะ
- ข้าวต้มสำหรับเสิร์ฟ

คำแนะนำ:

a) ในชามขนาดใหญ่ตีไข่ด้วยเกลือและพริกไทยขาวอย่างละหยิบมือ ผัดเห็ด ถั่วลันเตา ต้นหอม และน้ำมันงา พักไว้

b) ทำซอสโดยเคี่ยวน้ำซุปไก่ ซอสหอยนางรม ไวน์ข้าว และน้ำตาลในกระทะใบเล็กบนไฟร้อนปานกลาง ในถ้วยตวงแก้วขนาดเล็ก ปัดถั่วเหลืองและแป้งข้าวโพดจนแป้งข้าวโพดละลายหมด เทส่วนผสมแป้งข้าวโพดลงในซอสในขณะที่คนตลอดเวลา และปรุงอาหารเป็นเวลา 3 ถึง 4 นาที จนกระทั่งซอสข้นพอที่จะเคลือบหลังช้อนได้ ปิดฝาและพักไว้

c) ตั้งกระทะบนไฟร้อนปานกลางจนหยดน้ำร้อนฉ่าและระเหยเมื่อสัมผัส เทน้ำมันพืชลงไปและหมุนให้เคลือบฐานกระทะ เพิ่มส่วนผสมของไข่และปรุงอาหาร หมุนและเขย่ากระทะจนด้านล่างเป็นสีทอง เลื่อนออมเล็ตออกจากกระทะมาวางบนจานแล้วพลิกกลับด้านหรือกลับด้านด้วยไม้พายเพื่อให้อีกด้านสุกจนเป็นสีเหลืองทอง เลื่อนไข่เจียวออกมาวางบนจานสำหรับเสิร์ฟและเสิร์ฟบนข้าวสวยพร้อมซอสหนึ่งช้อนเต็ม

44. มะเขือเทศผัดไข่

วัตถุดิบ:

- ไข่ใบใหญ่ 4 ฟอง ที่อุณหภูมิห้อง
- ไวน์ข้าว Shaoxing 1 ช้อนชา
- น้ำมันงา ½ ช้อนชา
- เกลือโคเชอร์ ½ ช้อนชา
- พริกไทยดำบดสด
- น้ำมันพืช 3 ช้อนโต๊ะแบ่ง
- ขิงสดปอกเปลือก 2 ชิ้น แต่ละชิ้นมีขนาดประมาณหนึ่งในสี่
- องุ่นหรือมะเขือเทศเชอร์รี่ 1 ปอนด์
- น้ำตาล 1 ช้อนชา
- ข้าวต้มหรือก๋วยเตี๋ยวสำหรับเสิร์ฟ

คำแนะนำ:

a) ในชามขนาดใหญ่ตีไข่ ใส่ไวน์ข้าว น้ำมันงา เกลือ และพริกไทยเล็กน้อย แล้วตีต่อจนเข้ากัน
b) ตั้งกระทะบนไฟร้อนปานกลางจนหยดน้ำร้อนฉ่าและระเหยเมื่อสัมผัส เทน้ำมันพืช 2 ช้อนโต๊ะ ลงไปคลุกให้ทั่วฐานกระทะ หมุนส่วนผสมของไข่ลงในกระทะร้อน หมุนและเขย่าไข่ให้สุก

โอนไข่ไปยังจานเสิร์ฟเมื่อเพิ่งสุก แต่ไม่แห้ง กางเต็นท์ด้วยกระดาษฟอยล์เพื่อให้ร่างกายอบอุ่น

c) ใส่น้ำมันพืช 1 ช้อนโต๊ะที่เหลือลงในกระทะ ปรุงรสน้ำมันโดยใส่ขิงและเกลือเล็กน้อย ปล่อยให้ขิงร้อนฉ่าในน้ำมันประมาณ 30 วินาที หมุนวนเบาๆ

d) ใส่มะเขือเทศและน้ำตาลลงไป คนให้เข้ากันกับน้ำมัน ปิดฝาและปรุงอาหารประมาณ 5 นาที คนเป็นครั้งคราวจนกว่ามะเขือเทศจะนิ่มและปล่อยน้ำออกมา ทิ้งชิ้นขิงและปรุงรสมะเขือเทศด้วยเกลือและพริกไทย

e) ตักมะเขือเทศราดบนไข่ เสิร์ฟบนข้าวสวยหรือเส้นก๋วยเตี๋ยว

45. กุ้งและไข่กวน

วัตถุดิบ:

- เกลือโคเชอร์ 2 ช้อนโต๊ะ และอีกมากมายสำหรับปรุงรส
- น้ำตาล 2 ช้อนโต๊ะ
- น้ำเย็น 2 ถ้วยตวง
- กุ้งขนาดกลาง 6 ออนซ์ (U41–50) ปอกเปลือกและผ่าหน้า
- ไข่ใบใหญ่ 4 ฟอง ที่อุณหภูมิห้อง
- น้ำมันงา ½ ช้อนชา
- พริกไทยดำบดสด
- น้ำมันพืช 2 ช้อนโต๊ะแบ่ง
- ขิงสดปอกเปลือก 2 ชิ้น แต่ละชิ้นมีขนาดประมาณหนึ่งในสี่
- 2 กลีบกระเทียมหั่นบาง ๆ
- กระเทียม 1 พวงหั่นเป็นชิ้นขนาด ½ นิ้ว

คำแนะนำ:

a) ในชามขนาดใหญ่ คนเกลือและน้ำตาลลงในน้ำจนละลาย ใส่กุ้งลงในน้ำเกลือ ปิดฝาและแช่เย็นเป็นเวลา 10 นาที
b) ระบายกุ้งในกระชอนแล้วล้างออก ทิ้งน้ำเกลือ กระจายกุ้งออกบนกระดาษเช็ดถาดรองอบและซับให้แห้ง
c) ตีไข่กับน้ำมันงาและเกลือและพริกไทยอย่างละหยิบมือในชามใบใหญ่อีกใบจนเข้ากัน พักไว้

d) ตั้งกระทะบนไฟร้อนปานกลางจนหยดน้ำร้อนฉ่าและระเหยเมื่อสัมผัส เทน้ำมันพืช 1 ช้อนโต๊ะ ลงไปคลุกให้ทั่วฐานกระทะ ปรุงรสน้ำมันโดยใส่ขิงและเกลือเล็กน้อย ปล่อยให้ขิงร้อนฉ่าในน้ำมันประมาณ 30 วินาที หมุนวนเบาๆ

e) ใส่กระเทียมลงไปผัดให้หอมน้ำมันประมาณ 10 วินาที อย่าให้กระเทียมเป็นสีน้ำตาลหรือไหม้ ใส่กุ้งลงไปผัดประมาณ 2 นาทีจนกุ้งเปลี่ยนเป็นสีชมพู ถ่ายโอนไปยังจานและทิ้งขิง

f) ตั้งกระทะให้ร้อนแล้วใส่น้ำมันพืชที่เหลืออีก 1 ช้อนโต๊ะ เมื่อน้ำมันร้อน หมุนส่วนผสมไข่ลงในกระทะ หมุนและเขย่าไข่ให้สุก ใส่กุ้ยช่ายลงไปผัดต่อจนไข่สุกแต่ไม่แห้ง ใส่กุ้งกลับลงไปผัดให้เข้ากัน ถ่ายโอนไปยังจานเสิร์ฟ

46. คัสตาร์ดไข่นึ่งรสเผ็ด

วัตถุดิบ:

- ไข่ใบใหญ่ 4 ฟอง ที่อุณหภูมิห้อง
- น้ำซุปไก่โซเดียมต่ำ 1¾ ถ้วยหรือน้ำกรอง
- ไวน์ข้าว Shaoxing 2 ช้อนชา
- เกลือโคเชอร์ ½ ช้อนชา
- 2 หัวหอม, เฉพาะส่วนที่เป็นสีเขียว, หั่นบาง ๆ
- น้ำมันงา 4 ช้อนชา

คำแนะนำ:

a) ในชามขนาดใหญ่ตีไข่ ใส่น้ำซุปและไวน์ข้าวแล้วคนให้เข้ากัน กรองส่วนผสมไข่ผ่านกระชอนตาถี่บนถ้วยตวงของเหลวเพื่อไล่ฟองอากาศออก เทส่วนผสมไข่ลงใน ramekins 4 (6 ออนซ์) ใช้มีดปอกผลไม้ตีฟองบนพื้นผิวของส่วนผสมไข่ ห่อ ramekins ด้วยอลูมิเนียมฟอยล์

b) ล้างตะกร้าหวดไม้ไผ่และฝาใต้น้ำเย็นแล้ววางลงในกระทะ เทน้ำลงไป 2 นิ้ว หรือจนเลยขอบด้านล่างของหม้อนึ่งประมาณ ¼ ถึง ½ นิ้ว แต่อย่ามากจนแตะก้นตะกร้า วาง ramekins ลงในตะกร้านึ่ง ปิดฝา

c) ต้มน้ำให้เดือดแล้วลดไฟลงจนเดือดปุดๆ นึ่งไฟอ่อนประมาณ 10 นาที หรือจนไข่เพิ่งเซ็ตตัว

d) นำราเมกินออกจากหม้อนึ่งอย่างระมัดระวัง และโรยหน้าคัสตาร์ดด้วยต้นหอมและน้ำมันงาเล็กน้อย เสิร์ฟทันที

47. ปีกไก่ทอดแบบซื้อกลับของจีน

วัตถุดิบ:

- ปีกไก่ทั้งตัว 10 ชิ้น ล้างและซับให้แห้ง
- พริกไทยดำ ⅛ ช้อนชา
- พริกไทยขาว ¼ ช้อนชา
- ผงกระเทียม ¼ ช้อนชา
- เกลือ 1 ช้อนชา
- น้ำตาล ½ ช้อนชา
- ซอสถั่วเหลือง 1 ช้อนโต๊ะ
- ไวน์ Shaoxing 1 ช้อนโต๊ะ
- น้ำมันงา 1 ช้อนชา
- ไข่ 1 ฟอง
- แป้งข้าวโพด 1 ช้อนโต๊ะ
- แป้ง 2 ช้อนโต๊ะ
- น้ำมันสำหรับทอด

คำแนะนำ:

a) รวมส่วนผสมทั้งหมด (ยกเว้นน้ำมันสำหรับทอด) ลงในชามผสมขนาดใหญ่ ผสมทุกอย่างจนปีกไก่เข้ากันดี
b) ปล่อยให้ปีกหมักเป็นเวลา 2 ชั่วโมงที่อุณหภูมิห้องหรือในตู้เย็นข้ามคืนเพื่อผลลัพธ์ที่ดีที่สุด
c) หลังจากหมักแล้ว หากดูเหมือนว่ามีของเหลวอยู่ในปีก ให้ผสมให้เข้ากันอีกครั้ง ปีกควรเคลือบด้วยแป้งบาง ๆ หากยังดูเหมือนน้ำเกินไป ให้เพิ่มแป้งข้าวโพดและแป้งอีกเล็กน้อย

d) เติมน้ำมันในหม้อขนาดกลางประมาณ ⅔ ของปริมาณน้ำมัน แล้วตั้งไฟให้ร้อนถึง 325 องศาฟาเรนไฮต์
e) ทอดปีกเป็นชุดเล็กๆ เป็นเวลา 5 นาที แล้วนำไปวางบนถาดที่รองด้วยกระดาษเช็ดมือ หลังจากทอดปีกทั้งหมดแล้ว ให้นำปีกเหล่านั้นกลับลงไปในน้ำมันเป็นชุดๆ แล้วทอดอีกครั้งเป็นเวลา 3 นาที
f) ระบายบนกระดาษเช็ดมือหรือตะแกรงเย็น และเสิร์ฟพร้อมซอสร้อน!

48. กะเพราไก่ไทย

เสิร์ฟ 4

วัตถุดิบ:

- น้ำมัน 3 ถึง 4 ช้อนโต๊ะ
- พริกขี้หนูไทยหรือฮอลแลนด์ 3 เม็ด
- 3 หอมแดงหั่นบาง ๆ
- กระเทียม 5 กลีบหั่นบาง ๆ
- ไก่บด 1 ปอนด์
- 2 ช้อนชา น้ำตาลหรือน้ำผึ้ง
- ซอสถั่วเหลือง 2 ช้อนโต๊ะ
- น้ำปลา 1 ช้อนโต๊ะ
- น้ำซุปไก่โซเดียมต่ำ ⅓ ถ้วยหรือน้ำเปล่า
- ใบโหระพาหรือใบโหระพา 1 กำ

คำแนะนำ:

a) ตั้งกระทะบนไฟแรง ใส่น้ำมัน พริก หอมแดง และกระเทียมลงไปผัดประมาณ 1-2 นาที
b) ใส่ไก่บดลงไปผัดประมาณ 2 นาที หั่นไก่เป็นชิ้นเล็กๆ
c) ใส่น้ำตาล ซีอิ๊วขาว และน้ำปลา ผัดต่ออีกหนึ่งนาทีแล้วเคลือบกระทะด้วยน้ำซุป เนื่องจากกระทะของคุณใช้ความร้อนสูง ของเหลวควรสุกอย่างรวดเร็ว
d) ใส่ใบโหระพาลงไปผัดจนสุก
e) เสิร์ฟบนข้าว

49. หมูสามชั้นตุ๋น

วัตถุดิบ:

- หมูสามชั้นไม่ติดมัน 3/4 ปอนด์
- น้ำมัน 2 ช้อนโต๊ะ
- น้ำตาล 1 ช้อนโต๊ะ (แนะนำให้ใช้น้ำตาลกรวดถ้ามี)
- ไวน์ Shaoxing 3 ช้อนโต๊ะ
- ซีอิ๊วขาวธรรมดา 1 ช้อนโต๊ะ
- ซีอิ๊วดำ ½ ช้อนโต๊ะ
- น้ำ 2 ถ้วย

คำแนะนำ:

a) เริ่มด้วยการหั่นหมูสามชั้นเป็นชิ้นหนา ¾ นิ้ว

b) นำหม้อต้มน้ำ ลวกหมูสามชั้นสักสองสามนาที สิ่งนี้จะกำจัดสิ่งเจือปนและเริ่มกระบวนการทำอาหาร นำหมูออกจากหม้อ ล้างให้สะอาด พักไว้

c) ตั้งไฟอ่อน ใส่น้ำมันและน้ำตาลลงในกระทะ ละลายน้ำตาลเล็กน้อยแล้วใส่หมู เพิ่มความร้อนปานกลางและปรุงอาหารจนหมูเป็นสีน้ำตาลเล็กน้อย

d) ลดความร้อนลงเหลือต่ำแล้วเติมไวน์ทำอาหาร Shaoxing ซีอิ๊วธรรมดา ซีอิ๊วดำ และน้ำเปล่า

e) ปิดฝาและเคี่ยวประมาณ 45 นาทีถึง 1 ชั่วโมงจนหมูนุ่ม คนทุก 5-10 นาที เพื่อไม่ให้ไหม้และเติมน้ำเพิ่มหากแห้งเกินไป

f) เมื่อคีบหมูจนนุ่มแล้ว หากยังมีของเหลวอยู่มาก ให้เปิดฝากระทะ เปิดไฟ และคนไปเรื่อยๆ จนกว่าซอสจะเคลือบเป็นประกายแวววาว

50. ผัดมะเขือเทศและเนื้อ

วัตถุดิบ:

- ปีกข้างหรือกระโปรง ¾ ปอนด์ หั่นกับเมล็ดข้าวเป็นชิ้นหนา ¼ นิ้ว
- แป้งข้าวโพด 1½ ช้อนโต๊ะ แบ่งไว้
- ไวน์ข้าว Shaoxing 1 ช้อนโต๊ะ
- เกลือโคเชอร์
- พริกไทยขาวป่น
- วางมะเขือเทศ 1 ช้อนโต๊ะ
- ซีอิ๊วขาว 2 ช้อนโต๊ะ
- น้ำมันงา 1 ช้อนชา
- น้ำตาล 1 ช้อนชา
- น้ำ 2 ช้อนโต๊ะ
- น้ำมันพืช 2 ช้อนโต๊ะ
- ขิงสดปอกเปลือก 4 ชิ้น แต่ละชิ้นมีขนาดประมาณหนึ่งในสี่
- 1 หอมแดงขนาดใหญ่หั่นบาง ๆ
- 2 กลีบกระเทียมสับละเอียด
- มะเขือเทศลูกใหญ่ 5 ลูก หั่นเป็น 6 ชิ้น
- ต้นหอม 2 ต้น แยกส่วนสีขาวและสีเขียวออก หั่นบาง ๆ

คำแนะนำ:

a) ในชามขนาดเล็ก ผสมเนื้อกับแป้งข้าวโพด 1 ช้อนโต๊ะ ไวน์ข้าว และเกลือและพริกไทยขาวอย่างละหยิบมือ พักไว้ 10 นาที
b) ผสมแป้งข้าวโพด ซอสมะเขือเทศ ซีอิ๊วขาว น้ำมันงา น้ำตาล และน้ำในชามขนาดเล็กอีก ½ ช้อนโต๊ะ พักไว้
c) ตั้งกระทะบนไฟร้อนปานกลางจนหยดน้ำร้อนฉ่าและระเหยเมื่อสัมผัส เทน้ำมันพืชลงไปและหมุนให้เคลือบฐานกระทะ ปรุงรสน้ำมันโดยใส่ขิงและเกลือเล็กน้อย ปล่อยให้ขิงร้อนฉ่าในน้ำมันประมาณ 30 วินาที หมุนวนเบาๆ
d) ย้ายเนื้อไปที่กระทะและผัดประมาณ 3 ถึง 4 นาทีจนไม่มีสีชมพูอีกต่อไป ใส่หอมแดงและกระเทียมลงไปผัดประมาณ 1 นาที ใส่มะเขือเทศและต้นหอมขาวลงไปผัดต่อ
e) ผัดซอสและผัดต่อไปประมาณ 1 ถึง 2 นาที หรือจนกว่าเนื้อและมะเขือเทศจะเคลือบและซอสข้นขึ้นเล็กน้อย
f) ทิ้งขิง ถ่ายโอนไปยังจาน และประดับด้วยผักใบเขียว เสิร์ฟร้อน

51. เนื้อวัวและบรอกโคลี

วัตถุดิบ:

- สเต็กกระโปรง¾ปอนด์หั่นเป็นชิ้นหนา¼นิ้ว
- เบกกิ้งโซดา 1 ช้อนโต๊ะ
- แป้งข้าวโพด 1 ช้อนโต๊ะ
- 4 ช้อนโต๊ะน้ำแบ่ง
- ซอสหอยนางรม2ช้อนโต๊ะ
- ไวน์ข้าว Shaoxing 2 ช้อนโต๊ะ
- 2 ช้อนชา น้ำตาลทรายแดง
- ซอสฮอยซิน 1 ช้อนโต๊ะ
- น้ำมันพืช 2 ช้อนโต๊ะ
- ขิงสดปอกเปลือก 4 ชิ้น ขนาดประมาณหนึ่งในสี่
- เกลือโคเชอร์
- บรอกโคลี 1 ปอนด์หั่นเป็นดอกขนาดพอดีคำ
- 2 กลีบกระเทียมสับละเอียด

คำแนะนำ:

a) ในชามขนาดเล็กผสมเนื้อและเบกกิ้งโซดาเพื่อเคลือบ พักไว้ 10 นาที ล้างเนื้อวัวให้สะอาดแล้วซับให้แห้งด้วยกระดาษเช็ดมือ

b) ในชามใบเล็กอีกใบหนึ่ง ให้ผสมแป้งข้าวโพดกับน้ำ 2 ช้อนโต๊ะ แล้วผสมในซอสหอยนางรม ไวน์ข้าว น้ำตาลทรายแดง และซอสฮอยซิน พักไว้

c) ตั้งกระทะบนไฟร้อนปานกลางจนหยดน้ำร้อนฉ่าและระเหยเมื่อสัมผัส เทน้ำมันลงไปคลุกให้ทั่วฐานกระทะ
ปรุงรสน้ำมันโดยใส่ขิงและเกลือเล็กน้อย
ปล่อยให้ขิงร้อนฉ่าในน้ำมันประมาณ 30 วินาที หมุนวนเบาๆ ใส่เนื้อลงในกระทะแล้วผัดประมาณ 3 ถึง 4 นาทีจนไม่มีสีชมพูอีกต่อไป โอนเนื้อไปยังชามและพักไว้

d) ใส่บรอกโคลีและกระเทียมลงไปผัดประมาณ 1 นาที จากนั้นเติมน้ำที่เหลืออีก 2 ช้อนโต๊ะ ปิดฝากระทะและนึ่งบรอกโคลีเป็นเวลา 6 ถึง 8 นาที จนกว่าจะกรอบและนุ่ม

e) นำเนื้อกลับลงไปในกระทะแล้วคนในซอสประมาณ 2 ถึง 3 นาทีจนเคลือบทั้งหมดและซอสข้นขึ้นเล็กน้อย ทิ้งขิง ถ่ายโอนไปยังจานและเสิร์ฟร้อน

52. เนื้อผัดพริกไทยดำ

วัตถุดิบ:

- ซอสหอยนางรม 1 ช้อนโต๊ะ
- ไวน์ข้าว Shaoxing 1 ช้อนโต๊ะ
- แป้งข้าวโพด 2 ช้อนชา
- ซีอิ๊วขาว 2 ช้อนชา
- พริกไทยขาวป่น
- น้ำตาล ¼ ช้อนชา
- เคล็ดลับเนื้อสันในเนื้อ¾ปอนด์หรือเคล็ดลับเนื้อสันนอกหั่นเป็นชิ้นขนาด 1 นิ้ว
- น้ำมันพืช 3 ช้อนโต๊ะ
- ขิงสดปอกเปลือก 3 ชิ้น แต่ละชิ้นมีขนาดประมาณหนึ่งในสี่
- เกลือโคเชอร์
- พริกหยวกสีเขียว 1 เม็ดหั่นเป็นเส้นกว้าง½นิ้ว
- 1 หอมแดงขนาดเล็กหั่นบาง ๆ เป็นเส้น
- พริกไทยดำบดสด 1 ช้อนชา หรือมากกว่านั้นตามชอบ
- น้ำมันงา 2 ช้อนชา

คำแนะนำ:

a) ในชามผสม ผัดซอสหอยนางรม ไวน์ข้าว แป้งข้าวโพด ซีอิ้วขาว พริกไทยขาวเล็กน้อย และน้ำตาลทรายในชามผสม โยนเนื้อเพื่อเคลือบและหมักเป็นเวลา 10 นาที

b) ตั้งกระทะบนไฟร้อนปานกลางจนหยดน้ำร้อนฉ่าและระเหยเมื่อสัมผัส เทน้ำมันพืชลงไปและหมุนให้เคลือบฐานกระทะ ใส่ขิงและเกลือเล็กน้อย ปล่อยให้ขิงร้อนฉ่าในน้ำมันประมาณ 30 วินาที หมุนวนเบาๆ

c) ใช้ที่คีบ ย้ายเนื้อไปที่กระทะและทิ้งน้ำดองที่เหลืออยู่ นำไปผัดกับกระทะเป็นเวลา 1 ถึง 2 นาที หรือจนกว่าจะมีเปลือกสีน้ำตาลไหม้ พลิกเนื้อและย่างอีกด้านหนึ่งอีก 2 นาที ผัด โยน และกลับด้านในกระทะอีก 1 ถึง 2 นาที จากนั้นย้ายเนื้อไปยังชามที่สะอาด

d) ใส่พริกหยวกและหัวหอมลงไปผัดประมาณ 2 ถึง 3 นาที หรือจนกว่าผักจะดูเงางามและนุ่ม กลับเนื้อกลับกระทะ ใส่พริกไทยดำ แล้วผัดให้เข้ากันอีก 1 นาที

e) ทิ้งขิง ถ่ายโอนไปยังจาน และโรยน้ำมันงาด้านบน เสิร์ฟร้อน

53. เนื้องา

วัตถุดิบ:

- ซีอิ๊วขาว 1 ช้อนโต๊ะ
- น้ำมันงา 2 ช้อนโต๊ะ แบ่งไว้
- แป้งข้าวโพด 2 ช้อนชา แบ่งไว้
- ไม้แขวนเสื้อ กระโปรง หรือเหล็กแบนขนาด 1 ปอนด์ ตัดเป็นเส้นหนา ¼ นิ้ว
- น้ำส้มคั้นสด ½ ถ้วยตวง
- น้ำส้มสายชูข้าว ½ ช้อนชา
- ศรีราชา 1 ช้อนชา (ไม่จำเป็น)
- 1 ช้อนชา น้ำตาลทรายแดง
- เกลือโคเชอร์
- พริกไทยดำบดสด
- น้ำมันพืช 3 ช้อนโต๊ะแบ่ง
- ขิงสดปอกเปลือก 4 ชิ้น แต่ละชิ้นมีขนาดประมาณหนึ่งในสี่
- หัวหอมสีเหลืองขนาดเล็ก 1 ชิ้นหั่นบาง ๆ
- 3 กลีบกระเทียมสับ
- งาขาวสำหรับโรยหน้า ½ ช้อนโต๊ะ

คำแนะนำ:

a) ในชามใบใหญ่ ผัดซีอิ๊วขาว น้ำมันงา 1 ช้อนโต๊ะ และแป้งข้าวโพด 1 ช้อนชาให้เข้ากันจนแป้งข้าวโพดละลาย ใส่เนื้อลงไปคลุกเคล้าในน้ำดอง พักไว้เพื่อหมักเป็นเวลา 10 นาทีในขณะที่คุณเตรียมซอส

b) ในถ้วยตวงแก้ว ผสมน้ำส้ม น้ำมันงาที่เหลือ 1 ช้อนโต๊ะ น้ำส้มสายชูข้าว ศรีราชา (ถ้าใช้) น้ำตาลทรายแดง แป้งข้าวโพดที่เหลือ 1 ช้อนชา และเกลือและพริกไทยอย่างละหยิบมือ คนจนแป้งข้าวโพดละลายแล้วพักไว้

c) ตั้งกระทะบนไฟร้อนปานกลางจนหยดน้ำร้อนฉ่าและระเหยเมื่อสัมผัส เทน้ำมันพืช 2 ช้อนโต๊ะ ลงไปคลุกให้ทั่วฐานกระทะ ปรุงรสน้ำมันโดยใส่ขิงและเกลือเล็กน้อย ปล่อยให้ขิงร้อนฉ่าในน้ำมันประมาณ 30 วินาที หมุนวนเบาๆ

d) ใช้ที่คีบ ย้ายเนื้อไปที่กระทะและทิ้งน้ำดอง ปล่อยให้ชิ้นส่วนย่างในกระทะเป็นเวลา 2 ถึง 3 นาที พลิกเพื่อย่างอีกด้านอีก 1 ถึง 2 นาที ผัดโดยพลิกไปมาในกระทะเร็วๆ อีก 1 นาที ถ่ายโอนไปยังชามที่สะอาด

e) ใส่น้ำมันพืชที่เหลืออีก 1 ช้อนโต๊ะและใส่หัวหอมลงไป ผัด โยน และพลิกหัวหอมอย่างรวดเร็วด้วยไม้พายในกระทะเป็นเวลา 2 ถึง 3 นาที จนกระทั่งหัวหอมมีลักษณะโปร่งแสงแต่ยังคงเนื้อแน่นอยู่ ใส่กระเทียมลงไปผัดต่ออีก 30 วินาที

f) ผัดซอสและปรุงอาหารต่อไปจนซอสเริ่มข้น นำเนื้อกลับลงไปในกระทะ คลุกเคล้าและกลับด้านเพื่อให้เนื้อและหัวหอมเคลือบด้วยซอส ปรุงรสด้วยเกลือและพริกไทย

g) ถ่ายโอนไปยังจาน ทิ้งขิง โรยด้วยงา และเสิร์ฟร้อน

54. เนื้อมองโกล

วัตถุดิบ:

- ไวน์ข้าว Shaoxing 2 ช้อนโต๊ะ
- ซีอิ๊วดำ 1 ช้อนโต๊ะ
- แป้งข้าวโพด 1 ช้อนโต๊ะ แบ่งไว้
- สเต็กด้านข้าง ¾ ปอนด์ หั่นเป็นชิ้นหนา ¼ นิ้ว
- น้ำซุปไก่โซเดียมต่ำ ¼ ถ้วย
- น้ำตาลทรายแดง 1 ช้อนโต๊ะ
- น้ำมันพืช 1 ถ้วยตวง
- พริกจีนแดงแห้ง 4 หรือ 5 เม็ด
- 4 กลีบกระเทียมสับหยาบ
- 1 ช้อนชา ขิงสดปอกเปลือกสับละเอียด
- หัวหอมสีเหลือง ½ หัว ฝานบางๆ
- ผักชีสดสับหยาบ 2 ช้อนโต๊ะ

คำแนะนำ:

a) ในชามผสม ให้ผสมไวน์ข้าว ซีอิ๊วดำ และแป้งข้าวโพด 1 ช้อนโต๊ะเข้าด้วยกัน เพิ่มสเต็กด้านข้างหั่นบาง ๆ และโยนให้เคลือบ พักไว้และหมักไว้ 10 นาที

b) เทน้ำมันลงในกระทะแล้วนำไปตั้งไฟปานกลางถึง 375°F คุณสามารถบอกได้ว่าน้ำมันอยู่ในอุณหภูมิที่เหมาะสมเมื่อคุณจุ่มปลายช้อนไม้ลงในน้ำมัน ถ้าน้ำมันเกิดฟองและเสียงดังฉ่าๆ แสดงว่าน้ำมันพร้อมแล้ว

c) ยกเนื้อขึ้นจากน้ำดอง พักน้ำดองไว้ ใส่เนื้อลงในน้ำมันแล้วทอดประมาณ 2 ถึง 3 นาทีจนเนื้อเป็นสีทอง ใช้ทัพพีตักเนื้อใส่ชามสะอาดแล้วพักไว้ ใส่น้ำซุปไก่และน้ำตาลทรายแดงลงในชามหมักแล้วคนให้เข้ากัน

d) เทน้ำมันออกจากกระทะให้หมด ยกเว้น 1 ช้อนโต๊ะ แล้วตั้งไฟกลาง-สูง ใส่พริก กระเทียม และขิงลงไป ปล่อยให้กลิ่นหอมร้อนฉ่าในน้ำมันประมาณ 10 วินาที หมุนวนเบาๆ

e) ใส่หัวหอมลงไปผัดประมาณ 1 ถึง 2 นาที หรือจนกว่าหัวหอมจะนิ่มและโปร่งแสง
ใส่ส่วนผสมของน้ำซุปไก่ลงไปผัดให้เข้ากัน เคี่ยวประมาณ 2 นาที จากนั้นใส่เนื้อวัวลงไป ผัดทุกอย่างให้เข้ากันอีก 30 วินาที

f) ตักใส่จาน โรยหน้าด้วยผักชี เสิร์ฟร้อนๆ

วัตถุดิบ:

- ไวน์ข้าว Shaoxing 2 ช้อนโต๊ะ
- ซีอิ๊วดำ 1 ช้อนโต๊ะ
- น้ำมันงา 2 ช้อนชา
- ¾ ปอนด์ปีกหรือกระโปรงสเต็ก ตัดกับเมล็ดข้าว
- ซอสหอยซิน 1 ช้อนโต๊ะ
- ซีอิ๊วขาว 2 ช้อนชา
- แป้งข้าวโพด 2 ช้อนโต๊ะ แบ่งไว้
- ¼ ช้อนชา ผงเครื่องเทศห้าอย่างของจีน
- พริกไทยเสฉวน 1 ช้อนชา บด
- ขิงสดปอกเปลือก 4 ชิ้น
- 3 กลีบกระเทียมบดเบา ๆ
- ก้านขึ้นฉ่าย 2 ต้น หั่นเป็นท่อนขนาด 3 นิ้ว
- แครอทขนาดใหญ่ 1 หัว ปอกเปลือกและหั่นเป็นเส้นขนาด 3 นิ้ว
- 2 ต้นหอมหั่นบาง ๆ

คำแนะนำ:

a) ในชามผสม ผัดไวน์ข้าว ซีอิ๊วดำ และน้ำมันงาให้เข้ากัน
b) ใส่เนื้อวัวลงไปผัดให้เข้ากัน พักไว้ 10 นาที
c) ในชามขนาดเล็ก รวมซอสหอยซิน ซีอิ๊วขาว น้ำ แป้งข้าวโพด 1 ช้อนโต๊ะ และผงเครื่องเทศ 5 ชนิด พักไว้
d) ตั้งกระทะบนไฟร้อนปานกลางจนหยดน้ำร้อนฉ่าและระเหยเมื่อสัมผัส เทน้ำมันพืชลงไปและหมุนให้เคลือบฐานกระทะ ปรุงรสน้ำมันโดยใส่พริกไทย ขิง และกระเทียมลงไป ปล่อยให้กลิ่นหอมร้อนฉ่าในน้ำมันประมาณ 10 วินาที หมุนวนเบาๆ
e) โยนเนื้อในแป้งข้าวโพดที่เหลืออีก 1 ช้อนโต๊ะเพื่อเคลือบและเพิ่มลงในกระทะ ย่างเนื้อข้างกระทะเป็นเวลา 1 ถึง 2 นาที หรือจนกว่าเปลือกจะสุกสีน้ำตาลทอง พลิกและย่างด้านอื่น ๆ อีกสักครู่ โยนและพลิกอีกประมาณ 2 นาที จนกระทั่งเนื้อไม่เป็นสีชมพูอีกต่อไป
f) ย้ายเนื้อไปที่ด้านข้างของกระทะและเพิ่มผักชีฝรั่งและแครอทลงไปตรงกลาง ผัด โยน และพลิกจนผักนุ่ม อีก 2 ถึง 3 นาที คนส่วนผสมซอสหอยซินแล้วเทลงในกระทะ ผัดต่อไป เคลือบเนื้อและผักด้วยซอสประมาณ 1 ถึง 2 นาที จนกระทั่งซอสเริ่มข้นและกลายเป็นมัน นำขิงและกระเทียมออกแล้วทิ้ง

55. ถ้วยผักกาดหอม Hoisin Beef

วัตถุดิบ:

- เนื้อดิน¾ปอนด์
- แป้งข้าวโพด 2 ช้อนชา
- เกลือโคเชอร์
- พริกไทยดำบดสด
- น้ำมันพืช 3 ช้อนโต๊ะแบ่ง
- ขิงสับละเอียด 1 ช้อนโต๊ะ
- 2 กลีบกระเทียมสับละเอียด
- แครอท 1 หัว ปอกเปลือกและหั่นเป็นแว่น
- 1 (4 ออนซ์) แห้วหั่นสี่เหลี่ยมลูกเต๋าเนื้อและล้าง
- ซอสฮอยซิน 2 ช้อนโต๊ะ
- 3 ต้นหอม, แยกส่วนสีขาวและสีเขียว, หั่นบาง ๆ
- ผักกาดแก้วใบกว้าง 8 ใบ (หรือ Bibb) ตัดแต่งให้เป็นถ้วยกลมเรียบร้อย

คำแนะนำ:

a) ในชาม โรยเนื้อด้วยแป้งข้าวโพดและเกลือและพริกไทยอย่างละหยิบมือผสมให้เข้ากัน

b) ตั้งกระทะบนไฟร้อนปานกลางจนน้ำเดือดและระเหยเมื่อสัมผัส เทน้ำมันลงไป 2 ช้อนโต๊ะแล้วหมุนให้เคลือบฐานกระทะ ใส่เนื้อและสีน้ำตาลทั้งสองด้าน จากนั้นโยนและกลับด้าน แบ่งเนื้อเป็นชิ้นร่วนและจับตัวเป็นก้อนเป็นเวลา 3 ถึง 4 นาที จนกระทั่งเนื้อไม่เป็นสีชมพูอีกต่อไป
โอนเนื้อวัวไปยังชามที่สะอาดแล้วพักไว้

c) เช็ดกระทะให้สะอาดและนำกลับไปตั้งไฟปานกลาง ใส่น้ำมันที่เหลืออีก 1 ช้อนโต๊ะ แล้วผัดขิงและกระเทียมอย่างรวดเร็วด้วยเกลือเล็กน้อย ทันทีที่กระเทียมมีกลิ่นหอม ให้ใส่แครอทและแห้วลงไปประมาณ 2 ถึง 3 นาที จนแครอทนิ่ม ลดไฟลงเหลือปานกลาง นำเนื้อกลับเข้ากระทะ ผัดกับซอสฮอยซินและต้นหอม โยนให้เข้ากัน อีกประมาณ 45 วินาที

d) กระจายใบผักกาดหอม 2 ใบต่อจาน และแบ่งส่วนผสมของเนื้อวัวระหว่างใบผักกาดหอมเท่าๆ กัน โรยหน้าด้วยต้นหอมและกินทาโก้นุ่ม ๆ

56. หมูสับผัดหัวหอม

วัตถุดิบ:

- 4 เนื้อซี่โครงหมูไม่มีกระดูก
- ไวน์ Shaoxing 1 ช้อนโต๊ะ
- พริกไทยดำป่นสด ½ ช้อนชา
- เกลือโคเชอร์
- น้ำมันพืช 3 ถ้วยตวง
- แป้งข้าวโพด 2 ช้อนโต๊ะ
- ขิงสดปอกเปลือก 3 ชิ้น แต่ละชิ้นมีขนาดประมาณหนึ่งในสี่
- หัวหอมสีเหลืองขนาดกลาง 1 ชิ้นหั่นบาง ๆ
- 2 กลีบกระเทียมสับละเอียด
- ซีอิ๊วขาว 2 ช้อนโต๊ะ
- ซีอิ๊วดำ 1 ช้อนชา
- น้ำส้มสายชูไวน์แดง ½ ช้อนชา
- น้ำตาล

คำแนะนำ:

a) ทุบหมูสับด้วยค้อนทุบจนหนา ½ นิ้ว ใส่ชามและปรุงรสด้วยไวน์ข้าว พริกไทย และเกลือเล็กน้อย หมักไว้ 10 นาที
b) เทน้ำมันลงในกระทะ น้ำมันควรลึกประมาณ 1 ถึง 1½ นิ้ว นำน้ำมันไปที่อุณหภูมิ 375°F บนไฟร้อนปานกลาง-สูง คุณสามารถบอกได้ว่าน้ำมันอยู่ในอุณหภูมิที่เหมาะสมเมื่อคุณจุ่มปลายช้อนไม้ลงในน้ำมัน ถ้าน้ำมันเกิดฟองและเสียงดังฉ่าๆ แสดงว่าน้ำมันพร้อมแล้ว
c) การทำงานเป็น 2 ชุด เคลือบสับด้วยแป้งข้าวโพด ค่อยๆ หย่อนลงในน้ำมันทีละชิ้นแล้วทอดประมาณ 5 ถึง 6 นาทีจนเป็นสีทอง ถ่ายโอนไปยังจานที่มีกระดาษเช็ดมือ
d) เทน้ำมันออกจากกระทะให้หมด ยกเว้น 1 ช้อนโต๊ะ แล้วตั้งไฟกลาง-สูง ปรุงรสน้ำมันโดยใส่ขิงและเกลือเล็กน้อย
ปล่อยให้ขิงร้อนฉ่าในน้ำมันประมาณ 30 วินาที หมุนวนเบาๆ
e) ผัดหัวหอมประมาณ 4 นาทีจนโปร่งแสงและนิ่ม ใส่กระเทียมลงไปผัดต่ออีก 30 วินาที หรือจนมีกลิ่นหอม ตักใส่จานพร้อมหมูสับ
f) เทซีอิ๊วขาว ซีอิ๊วดำ น้ำส้มสายชูไวน์แดง และน้ำตาลเล็กน้อยลงในกระทะ คนให้เข้ากัน นำไปต้มและนำหัวหอมและหมูสับกลับลงไปในกระทะ คลุกเคล้าให้เข้ากันเมื่อซอสเริ่มข้นขึ้นเล็กน้อย นำขิงออกและทิ้ง ถ่ายโอนไปยังจานและให้บริการทันที

57. □□□□□□□□□□□□□□□□□□□□□□□□□

วัตถุดิบ:

- ซีอิ๊วขาว 1 ช้อนโต๊ะ
- ไวน์ข้าว Shaoxing 1 ช้อนโต๊ะ
- ผงพะโล้จีน 1 ช้อนชา
- แป้งข้าวโพด 1 ช้อนชา
- น้ำตาลทรายแดง ½ ช้อนชา
- หมูบด ¾ ปอนด์
- น้ำมันพืช 2 ช้อนโต๊ะ
- กระเทียม 2 กลีบ ปอกเปลือกแล้วทุบเล็กน้อย
- เกลือโคเชอร์
- 2 ถึง 3 หัวผักกวางตุ้งหั่นตามขวางเป็นชิ้นขนาดพอดีคำ
- แครอท 1 หัว ปอกเปลือกและหั่นเป็นแว่น
- ข้าวต้มสำหรับเสิร์ฟ

คำแนะนำ:

a) ในชามผสม ให้ผสมซีอิ๊วขาว ไวน์ข้าว ผงเครื่องเทศ 5 ชนิด แป้งข้าวโพด และน้ำตาลทรายแดงเข้าด้วยกัน ใส่หมูลงไปคลุกเคล้าให้เข้ากัน หมักทิ้งไว้ 10 นาที
b) ตั้งกระทะบนไฟร้อนปานกลางจนหยดน้ำร้อนฉ่าและระเหยเมื่อสัมผัส เทน้ำมันลงไปคลุกให้ทั่วฐานกระทะ
ปรุงรสน้ำมันโดยใส่กระเทียมและเกลือเล็กน้อย
ปล่อยให้กระเทียมร้อนฉ่าในน้ำมันประมาณ 10 วินาที หมุนวนเบาๆ
c) ใส่หมูลงในกระทะและปล่อยให้มันสุกกับผนังกระทะเป็นเวลา 1 ถึง 2 นาทีหรือจนกว่าจะมีเปลือกสีทอง พลิกและย่างด้านอื่น ๆ อีกสักครู่ โยนและพลิกเพื่อผัดหมูต่ออีก 1 ถึง 2 นาที ให้แตกเป็นชิ้นเล็กชิ้นน้อยจนไม่มีสีชมพูอีกต่อไป
d) ใส่ผักกวางตุ้งและแครอทลงไป คลุกเคล้าให้เข้ากันกับหมู ผัดต่อไปประมาณ 2 ถึง 3 นาที จนกว่าแครอทและผักกวางตุ้งจะนิ่ม ตักใส่จานเสิร์ฟกับข้าวสวยร้อนๆ

58. ฮอยซินหมูผัด

วัตถุดิบ:

- ไวน์ข้าว Shaoxing 2 ช้อนชา
- ซีอิ๊วขาว 2 ช้อนชา
- น้ำพริกเผา ½ ช้อนชา
- เนื้อซี่โครงหมูไม่มีกระดูก ¾ ปอนด์ หั่นบาง ๆ เป็นเส้นจูเลียน
- น้ำมันพืช 2 ช้อนโต๊ะ
- ขิงสดปอกเปลือก 4 ชิ้น แต่ละชิ้นมีขนาดประมาณหนึ่งในสี่
- เกลือโคเชอร์
- ถั่วลันเตา 4 ออนซ์ หั่นบาง ๆ ในแนวทแยง
- ซอสฮอยซิน 2 ช้อนโต๊ะ
- น้ำ 1 ช้อนโต๊ะ

คำแนะนำ:

a) ในชาม คนให้เข้ากัน ไวน์ข้าว ซีอิ๊วขาว และน้ำพริกเผา ใส่หมูลงไปผัด หมักทิ้งไว้ 10 นาที

b) ตั้งกระทะบนไฟร้อนปานกลางจนหยดน้ำร้อนฉ่าและระเหยเมื่อสัมผัส เทน้ำมันลงไปคลุกให้ทั่วฐานกระทะ
ปรุงรสน้ำมันโดยใส่ขิงและเกลือเล็กน้อย
ปล่อยให้ขิงร้อนฉ่าในน้ำมันประมาณ 30 วินาที หมุนวนเบาๆ
c) ใส่หมูและเครื่องหมักลงไปผัดประมาณ 2 ถึง 3 นาทีจนไม่มีสีชมพูอีกต่อไป ใส่ถั่วลันเตาลงไปผัดประมาณ 1 นาทีจนนุ่มและโปร่งแสง ผัดซอสฮอยซินและน้ำเพื่อให้ซอสคลายตัว โยนและพลิกต่อไปประมาณ 30 วินาที หรือจนกว่าซอสจะร้อนและเคลือบหมูและถั่วลันเตา
d) ถ่ายโอนไปยังจานและเสิร์ฟร้อน

59. หมูสามชั้นปรุงสุกสองครั้ง

วัตถุดิบ:

- หมูสามชั้นไม่มีกระดูก 1 ปอนด์
- ซอสถั่วดำ ⅓ ถ้วยหรือซอสถั่วดำที่ซื้อจากร้าน
- ไวน์ข้าว Shaoxing 1 ช้อนโต๊ะ
- ซีอิ๊วดำ 1 ช้อนชา
- น้ำตาล ½ ช้อนชา
- น้ำมันพืช 2 ช้อนโต๊ะแบ่ง
- ขิงสดปอกเปลือก 4 ชิ้น
- เกลือโคเชอร์
- 1 กระเทียมหอม ผ่าครึ่งตามยาวแล้วหั่นตามแนวทแยง
- พริกหยวกแดง ½ ลูก หั่นบาง ๆ

คำแนะนำ:

a) ในกระทะขนาดใหญ่ ใส่หมูและปิดด้วยน้ำ นำกระทะไปต้มแล้วลดให้เดือดปุดๆ เคี่ยวโดยเปิดฝาไว้ประมาณ 30 นาที หรือจนกว่าหมูจะนุ่มและสุกทั่ว ใช้ช้อนที่มีรูเสียบหมูลงในชาม (ทิ้งของเหลวสำหรับปรุงอาหาร) และปล่อยให้เย็น
b) แช่เย็นหลายชั่วโมงหรือข้ามคืน เมื่อหมูเย็นแล้วให้ฝานบางๆ หนา ¼ นิ้วแล้วพักไว้
ปล่อยให้เนื้อหมูเย็นสนิทก่อนหั่นจะทำให้หั่นเป็นชิ้นบางได้ง่ายขึ้น

c) ในถ้วยตวงแก้ว ผัดซอสถั่วดำ ไวน์ข้าว ซีอิ๊วดำ และน้ำตาลเข้าด้วยกันแล้วพักไว้
d) ตั้งกระทะบนไฟร้อนปานกลางจนหยดน้ำร้อนฉ่าและระเหยเมื่อสัมผัส เทน้ำมันลงไป 1 ช้อนโต๊ะแล้วหมุนให้เคลือบก้นกระทะ ปรุงรสน้ำมันโดยใส่ขิงและเกลือเล็กน้อย
ปล่อยให้ขิงร้อนฉ่าในน้ำมันประมาณ 30 วินาที หมุนวนเบาๆ
e) ทำงานเป็นชุดๆ โอนหมูครึ่งหนึ่งไปที่กระทะ ปล่อยให้ชิ้นส่วนย่างในกระทะเป็นเวลา 2 ถึง 3 นาที พลิกกลับด้านอีกด้านต่ออีก 1-2 นาที จนหมูเริ่มม้วนงอ ถ่ายโอนไปยังชามที่สะอาด ทำซ้ำกับหมูที่เหลือ
f) ใส่น้ำมันที่เหลืออีก 1 ช้อนโต๊ะ ใส่ต้นหอมและพริกแดงลงไปผัดประมาณ 1 นาทีจนหอมนุ่ม คลุกเคล้ากับซอสผัดจนหอม นำหมูกลับลงไปในกระทะแล้วผัดต่อไปอีก 2 ถึง 3 นาที จนกว่าทุกอย่างจะสุกทั่ว ทิ้งชิ้นขิงและถ่ายโอนไปยังจานเสิร์ฟ

60. Mu Shu

วัตถุดิบ:

สำหรับแพนเค้ก

- 1¾ถ้วยแป้งอเนกประสงค์
- ¾ถ้วยน้ำเดือด
- เกลือโคเชอร์
- น้ำมันงา 3 ช้อนโต๊ะ

สำหรับหมูมูชู

- ซีอิ๊วขาว 2 ช้อนโต๊ะ
- แป้งข้าวโพด 1 ช้อนชา
- ไวน์ข้าว Shaoxing 1 ช้อนชา
- พริกไทยขาวป่น
- เนื้อสันนอกหมูไม่มีกระดูก ¾ ทุบ หั่นเป็นชิ้นกับเมล็ดพืช
- น้ำมันพืช 3 ช้อนโต๊ะ
- 2 ช้อนชาขิงสดปอกเปลือกสับละเอียด
- แครอทขนาดใหญ่ 1 แครอทปอกเปลือกและหั่นบาง ๆ ให้มีความยาว 3 นิ้ว
- เห็ดหูหนูสด 6 ถึง 8 ชิ้นหั่นเป็นเส้นจูเลียน

- กะหล่ำปลีเขียวหัวเล็ก ½ หัว หั่นฝอย
- 2 scallions หั่นเป็นความยาว½นิ้ว
- 1 (4 ออนซ์) หน่อไม้หั่นบาง ๆ สะเด็ดน้ำและหั่นบาง ๆ
- ซอสบ๊วย ¼ ถ้วย สำหรับเสิร์ฟ

คำแนะนำ:

เพื่อทำแพนเค้ก

a) ในชามผสมขนาดใหญ่ ใช้ช้อนไม้ คนแป้ง น้ำเดือด และเกลือเล็กน้อยให้เข้ากัน รวมเข้าด้วยกันจนกลายเป็นแป้งปุย โอนแป้งไปที่เขียงที่โรยแป้งแล้วนวดด้วยมือประมาณ 4 นาทีหรือจนเนียน แป้งจะร้อน ดังนั้นควรสวมถุงมือแบบใช้แล้วทิ้งเพื่อป้องกันมือของคุณ นำแป้งกลับเข้าชามแล้วคลุมด้วยพลาสติกแรป ให้พักเป็นเวลา 30 นาที
b) ปั้นแป้งเป็นท่อนยาว 12 นิ้วโดยคลึงด้วยมือของคุณ ตัดท่อนซุงออกเป็น 12 ชิ้นเท่าๆ กัน รักษารูปทรงกลมไว้เพื่อสร้างเหรียญ แผ่เหรียญด้วยฝ่ามือและทาน้ำมันงา
กดด้านที่ทาน้ำมันเข้าด้วยกันเพื่อสร้างชิ้นแป้งสองเท่า 6 กอง
c) ม้วนแต่ละกองเป็นแผ่นกลมบาง ๆ เส้นผ่านศูนย์กลาง 7 ถึง 8 นิ้ว ดีที่สุดคือพลิกแพนเค้กไปเรื่อย ๆ ขณะที่คุณม้วน เพื่อให้ได้แป้งที่บางเท่ากันทั้งสองด้าน
d) ตั้งกระทะเหล็กหล่อบนไฟร้อนปานกลางและปรุงแพนเค้กทีละด้านเป็นเวลาประมาณ 1 นาทีที่ด้านแรก จนกว่าแพนเค้กจะโปร่งแสงเล็กน้อยและเริ่มพอง พลิกให้อีกด้านสุกอีก 30 วินาที ย้ายแพนเค้กไปยังจานที่ปูด้วยผ้าเช็ดครัว แล้วค่อยๆ ดึงแพนเค้กทั้งสองออกจากกัน

เพื่อทำหมูซู่

e) ในชามผสม ให้ผสมถั่วเหลือง แป้งข้าวโพด ไวน์ข้าว และพริกไทยขาวเล็กน้อย ใส่หมูสไลซ์ลงไปคลุกเคล้าให้เข้ากัน หมักไว้ 10 นาที
f) ตั้งกระทะบนไฟร้อนปานกลางจนหยดน้ำร้อนฉ่าและระเหยเมื่อสัมผัส เทน้ำมันพืชลงไปและหมุนให้เคลือบฐานกระทะ
ปรุงรสน้ำมันโดยใส่ขิงและเกลือเล็กน้อย
ปล่อยให้ขิงร้อนฉ่าในน้ำมันประมาณ 10 วินาที หมุนวนเบาๆ

g) ใส่หมูลงไปผัด 1 ถึง 2 นาที จนไม่เป็นสีชมพูอีกต่อไป ใส่แครอทและเห็ดลงไปผัดต่ออีก 2 นาที หรือจนกว่าแครอทจะนิ่ม ใส่กะหล่ำปลี ต้นหอม และหน่อไม้ ผัดต่ออีก 1 นาที หรือจนสุกทั่ว ตักใส่ชามและเสิร์ฟโดยตักไส้หมูตรงกลางแพนเค้กแล้วราดด้วยซอสบ๊วย

วัตถุดิบ:

- ซี่โครงหมู 1 ปอนด์หั่นตามขวางเป็นแถบกว้าง1½นิ้ว
- พริกไทยขาวป่น ¼ ช้อนชา
- ซอสถั่วดำ 2 ช้อนโต๊ะหรือซอสถั่วดำที่ซื้อจากร้าน
- ไวน์ข้าว Shaoxing 1 ช้อนโต๊ะ
- น้ำมันพืช 1 ช้อนโต๊ะ
- แป้งข้าวโพด 2 ช้อนชา
- ขิงสดขนาด ½ นิ้ว ปอกเปลือกและสับละเอียด
- 2 กลีบกระเทียมสับละเอียด
- น้ำมันงา 1 ช้อนชา
- 2 ต้นหอมหั่นบาง ๆ

คำแนะนำ:

a) ฝานระหว่างซี่โครงเพื่อแยกออกเป็นซี่โครงขนาดพอดีคำ ใส่ซี่โครงและพริกไทยขาวลงในชามตื้นที่ทนความร้อน ใส่ซอสถั่วดำ ไวน์ข้าว น้ำมันพืช แป้งข้าวโพด ขิง และกระเทียม คลุกเคล้าให้เข้ากัน หมักไว้ 10 นาที
b) ล้างตะกร้าหวดไม้ไผ่และฝาใต้น้ำเย็นแล้ววางลงในกระทะ เทน้ำลงไป 2 นิ้ว หรือจนเลยขอบด้านล่างของหม้อนึ่งประมาณ ¼ ถึง ½ นิ้ว แต่อย่ามากจนแตะก้นตะกร้า วางชามพร้อมซี่โครงลงในตะกร้านึ่งและปิดฝา
c) เปิดความร้อนสูงเพื่อให้น้ำเดือด จากนั้นลดไฟลงเป็นสูงปานกลาง นึ่งด้วยไฟแรงปานกลางนาน 20 ถึง 22 นาที หรือจนกว่าซี่โครงจะไม่เป็นสีชมพูอีกต่อไป คุณอาจต้องเติมน้ำ ดังนั้นหมั่นตรวจดูให้แน่ใจว่าน้ำในกระทะไม่เดือดจนแห้ง
d) นำชามออกจากตะกร้านึ่งอย่างระมัดระวัง ราดซี่โครงด้วยน้ำมันงาและโรยหน้าด้วยต้นหอม เสิร์ฟทันที

61. เนื้อแกะมองโกเลียผัด

วัตถุดิบ:

- ไวน์ข้าว Shaoxing 2 ช้อนโต๊ะ
- ซีอิ๊วดำ 1 ช้อนโต๊ะ
- 3 กลีบกระเทียมสับ
- แป้งข้าวโพด 2 ช้อนชา
- น้ำมันงา 1 ช้อนชา
- ขาแกะไม่มีกระดูก 1 ปอนด์หั่นเป็นชิ้นหนา¼นิ้ว
- น้ำมันพืช 3 ช้อนโต๊ะแบ่ง
- ขิงสดปอกเปลือก 4 ชิ้น แต่ละชิ้นมีขนาดประมาณหนึ่งในสี่
- พริกแดงแห้ง 2 เม็ด (ไม่จำเป็น)
- เกลือโคเชอร์
- 4 ต้นหอมหั่นเป็นชิ้นยาว 3 นิ้วแล้วหั่นบาง ๆ ตามยาว

คำแนะนำ:

a) ในชามใบใหญ่ ผัดไวน์ข้าว ซีอิ๊วดำ กระเทียม แป้งข้าวโพด และน้ำมันงาให้เข้ากัน ใส่เนื้อแกะลงในน้ำดองและคลุกเคล้าให้ทั่ว หมักไว้ 10 นาที

b) ตั้งกระทะบนไฟร้อนปานกลางจนหยดน้ำร้อนฉ่าและระเหยเมื่อสัมผัส เทน้ำมันพืช 2 ช้อนโต๊ะ ลงไปคลุกให้ทั่วฐานกระทะ ปรุงรสน้ำมันโดยใส่ขิง พริก (ถ้าใช้) และเกลือเล็กน้อย ปล่อยให้กลิ่นหอมร้อนฉ่าในน้ำมันประมาณ 30 วินาที หมุนวนเบาๆ

c) ใช้ที่คีบหยิบเนื้อแกะครึ่งตัวขึ้นมาจากน้ำดอง เขย่าเล็กน้อยให้เนื้อแกะส่วนเกินไหลออกมา จองน้ำดอง ผัดในกระทะเป็นเวลา 2 ถึง 3 นาที พลิกเพื่อย่างอีกด้านอีก 1 ถึง 2 นาที ผัดโดยพลิกไปมาในกระทะเร็วๆ อีก 1 นาที ถ่ายโอนไปยังชามที่สะอาด ใส่น้ำมันพืชที่เหลืออีก 1 ช้อนโต๊ะ แล้วทำซ้ำกับเนื้อแกะที่เหลือ

d) นำเนื้อแกะทั้งหมดและน้ำดองที่สำรองไว้ใส่กระทะและโยนต้นหอมลงไป ผัดต่ออีก 1 นาที หรือจนกว่าเนื้อแกะจะสุกและน้ำดองกลายเป็นซอสแววาว

e) ถ่ายโอนไปยังจานเสิร์ฟ ทิ้งขิง และเสิร์ฟร้อน

62. ลูกแกะยี่หร่าปรุงรส

วัตถุดิบ:

- ขาแกะไม่มีกระดูก ¾ ปอนด์ หั่นเป็นชิ้นขนาด 1 นิ้ว
- ซีอิ๊วขาว 1 ช้อนโต๊ะ
- ไวน์ข้าว Shaoxing 1 ช้อนโต๊ะ
- เกลือโคเชอร์
- ยี่หร่าป่น 2 ช้อนโต๊ะ
- พริกไทยเสฉวน 1 ช้อนชา บด
- น้ำตาล ½ ช้อนชา
- น้ำมันพืช 3 ช้อนโต๊ะแบ่ง
- ขิงสดปอกเปลือก 4 ชิ้น แต่ละชิ้นมีขนาดประมาณหนึ่งในสี่
- แป้งข้าวโพด 2 ช้อนโต๊ะ
- หัวหอมสีเหลือง ½ หัว หั่นตามยาวเป็นเส้น
- 6 ถึง 8 พริกแห้งจีน (ไม่จำเป็น)
- 4 กลีบกระเทียมหั่นบาง ๆ
- ผักชีสด ½ พวง สับหยาบ

คำแนะนำ:

a) ผสมเนื้อแกะ ซีอิ๊วขาว ไวน์ข้าว และเกลือเล็กน้อยในชามผสม โยนให้เคลือบและหมักไว้ 15 นาที หรือข้ามคืนในตู้เย็น
b) ผสมผงยี่หร่า พริกไทยเสฉวน และน้ำตาลในชามอีกใบ พักไว้
c) ตั้งกระทะบนไฟร้อนปานกลางจนหยดน้ำร้อนฉ่าและระเหยเมื่อสัมผัส เทน้ำมันลงไป 2 ช้อนโต๊ะแล้วหมุนให้เคลือบฐานกระทะ ปรุงรสน้ำมันโดยใส่ขิงและเกลือเล็กน้อย
ปล่อยให้ขิงร้อนฉ่าในน้ำมันประมาณ 30 วินาที หมุนวนเบาๆ
d) โยนเนื้อแกะกับแป้งข้าวโพดแล้วใส่ในกระทะร้อน ย่างเนื้อแกะข้างละ 2 ถึง 3 นาที จากนั้นผัดต่ออีก 1 หรือ 2 นาที คลุกเคล้าให้ทั่วกระทะ ย้ายเนื้อแกะไปยังชามที่สะอาดแล้วพักไว้
e) ใส่น้ำมันที่เหลืออีก 1 ช้อนโต๊ะลงไปผัดให้ทั่วกระทะ โยนหัวหอมและพริกชี้ฟ้า (ถ้าใช้) แล้วผัดประมาณ 3 ถึง 4 นาที หรือจนกว่าหัวหอมจะเริ่มดูเป็นเงา แต่ไม่ปวกเปียก
ปรุงรสเล็กน้อยด้วยเกลือเล็กน้อย
โยนส่วนผสมของกระเทียมและเครื่องเทศลงไปผัดต่ออีกสักครู่
f) กลับเนื้อแกะไปที่กระทะแล้วโยนให้เข้ากันอีก 1 ถึง 2 นาที ถ่ายโอนไปยังจาน ทิ้งขิง และประดับด้วยผักชี

63. เนื้อแกะกับขิงและกระเทียม

วัตถุดิบ:

- ขาแกะไม่มีกระดูก ¾ ปอนด์ หั่นเป็น 3 ชิ้น แล้วฝานบางๆ ให้ทั่วเมล็ดพืช
- เกลือโคเชอร์
- ไวน์ข้าว Shaoxing 2 ช้อนโต๊ะ
- ซีอิ๊วดำ 1 ช้อนโต๊ะ
- ซีอิ๊วขาว 1 ช้อนโต๊ะ
- ซอสหอยนางรม 1 ช้อนชา
- น้ำผึ้ง 1 ช้อนชา
- น้ำมันงา 1 ถึง 2 ช้อนชา
- พริกไทยเม็ดเสฉวนป่น ½ ช้อนชา
- แป้งข้าวโพด 2 ช้อนชา
- น้ำมันพืช 2 ช้อนโต๊ะ
- ขิงสดปอกเปลือกและสับละเอียด 1 ช้อนโต๊ะ
- 2 กระเทียม, ตัดแต่งและหั่นบาง ๆ
- 4 กลีบกระเทียมสับละเอียด

คำแนะนำ:

a) ในชามผสม ปรุงรสเนื้อแกะเล็กน้อยด้วยเกลือ 1 ถึง 2 หยิบมือ โยนให้เคลือบและพักไว้ 10 นาที ในชามขนาดเล็ก ผสมไวน์ข้าว ซีอิ๊วดำ ซีอิ๊วขาว ซอสหอยนางรม น้ำผึ้ง น้ำมันงา พริกไทยเสฉวน และแป้งข้าวโพด พักไว้

b) ตั้งกระทะบนไฟร้อนปานกลางจนหยดน้ำร้อนฉ่าและระเหยเมื่อสัมผัส เทน้ำมันพืชลงไปและหมุนให้เคลือบฐานกระทะ ปรุงรสน้ำมันโดยใส่ขิงและเกลือเล็กน้อย ปล่อยให้ขิงร้อนฉ่าในน้ำมันประมาณ 10 วินาที หมุนวนเบาๆ

c) ใส่เนื้อแกะลงไปผัดประมาณ 1 ถึง 2 นาที จากนั้นเริ่มผัด คลุกและพลิกอีก 2 นาที หรือจนกว่าจะไม่มีสีชมพูอีกต่อไป ถ่ายโอนไปยังชามที่สะอาดและพักไว้

d) ใส่กระเทียมและกระเทียมลงไปผัดประมาณ 1 ถึง 2 นาที หรือจนกว่ากระเทียมจะเขียวสดและนิ่ม โอนไปยังชามเนื้อแกะ

e) เทส่วนผสมซอสลงไปและเคี่ยวประมาณ 3 ถึง 4 นาที จนซอสลดลงครึ่งหนึ่งและเปลี่ยนเป็นมัน ใส่เนื้อแกะและผักลงไปในกระทะแล้วโยนให้เข้ากันกับซอส

f) ถ่ายโอนไปยังจานและเสิร์ฟร้อน

64. เนื้อกระเพราไทย

วัตถุดิบ:

- น้ำมัน 2 ช้อนโต๊ะ
- เนื้อวัว 12 ออนซ์ หั่นบาง ๆ ติดกับเมล็ดพืช
- กระเทียม 5 กลีบสับ
- ½ ของพริกหยวกแดง หั่นบางๆ
- หัวหอมเล็ก 1 หัวหั่นบาง ๆ
- ซอสถั่วเหลือง 2 ช้อนชา
- ซีอิ๊วดำ 1 ช้อนชา
- ซอสหอยนางรม 1 ช้อนชา
- น้ำปลา 1 ช้อนโต๊ะ
- น้ำตาล ½ ช้อนชา
- ใบโหระพา 1 ถ้วย บรรจุ
- ผักชีสำหรับโรยหน้า

คำแนะนำ:

a) ตั้งกระทะบนไฟแรงแล้วใส่น้ำมันลงไป ย่างเนื้อจนเป็นสีน้ำตาล นำออกจากกระทะและพักไว้
b) ใส่กระเทียมและพริกแดงลงในกระทะแล้วผัดประมาณ 20 วินาที
c) ใส่หัวหอมลงไปผัดจนสีน้ำตาลและคาราเมลเล็กน้อย

d) ใส่เนื้อกลับลงไป ตามด้วยซีอิ๊วขาว ซีอิ๊วดำ ซอสหอยนางรม น้ำปลา และน้ำตาล
e) ผัดต่ออีกสองสามวินาทีแล้วใส่โหระพาไทยลงไปจนเหี่ยว
f) เสิร์ฟพร้อมข้าวหอมมะลิ โรยหน้าด้วยผักชี

65. หมูบาร์บีคิวจีน

เสิร์ฟ 8

วัตถุดิบ:

- สันคอหมู/ ก้นหมู 3 ปอนด์ (1.4 กก.) (เลือกส่วนที่มีไขมันดีติดมัน)
- น้ำตาล ¼ ถ้วย (50 กรัม)
- เกลือ 2 ช้อนชา
- ผงเครื่องเทศ 5 ช้อนชา ½ ช้อนชา
- พริกไทยขาว ¼ ช้อนชา
- น้ำมันงา ½ ช้อนชา
- ไวน์ Shaoxing 1 ช้อนโต๊ะ หรือ
- เหล้าบ๊วยจีน
- ซอสถั่วเหลือง 1 ช้อนโต๊ะ
- ซอสฮอยซิน 1 ช้อนโต๊ะ
- 2 ช้อนชา กากน้ำตาล
- 3 กลีบกระเทียมสับละเอียด
- มอลโตสหรือน้ำผึ้ง 2 ช้อนโต๊ะ
- น้ำร้อน 1 ช้อนโต๊ะ

คำแนะนำ:

a) หั่นหมูเป็นเส้นยาวหรือชิ้นหนาประมาณ 3 นิ้ว อย่าตัดไขมันส่วนเกินออก เพราะจะทำให้สูญเสียและเพิ่มรสชาติ
b) ผสมน้ำตาล เกลือ ผงเครื่องเทศห้าชนิด พริกไทยขาว น้ำมันงา ไวน์ ซีอิ๊วขาว ซอสฮอยซิน กากน้ำตาล สีผสมอาหาร (ถ้าใช้) และกระเทียมในชามเพื่อทำน้ำดอง
c) เก็บน้ำหมักไว้ประมาณ 2 ช้อนโต๊ะแล้วพักไว้ ถูเนื้อหมูกับน้ำดองที่เหลือในชามใบใหญ่หรือจานอบ ปิดฝาและแช่เย็นค้างคืนหรืออย่างน้อย 8 ชั่วโมง ปิดฝาและเก็บน้ำดองไว้ในตู้เย็นเช่นกัน
d) เปิดเตาอบของคุณที่การตั้งค่าสูงสุด (475-550 องศาฟาเรนไฮต์หรือ 250-290 องศาเซลเซียส) โดยวางชั้นวางไว้ที่ส่วนสามบนของเตาอบ วางแผ่นกระดาษด้วยกระดาษฟอยล์และวางตะแกรงโลหะไว้ด้านบน วางหมูบนตะแกรงโดยเว้นช่องว่างระหว่างชิ้นให้มากที่สุด เทน้ำ 1 ½ ถ้วยตวงลงในถาดด้านล่างตะแกรง สิ่งนี้จะป้องกันไม่ให้หยดจากการเผาไหม้หรือการสูบบุหรี่
e) นำหมูไปที่เตาอบที่อุ่นไว้แล้วย่างประมาณ 25 นาที หลังจาก 25 นาที ให้พลิกหมู ถ้ากันกระทะแห้ง ให้เติมน้ำอีกถ้วย หมุนกระทะ 180 องศาเพื่อให้แน่ใจว่าย่างได้ทั่วถึง อบต่ออีก 15 นาที
f) ในขณะเดียวกัน ผสมน้ำหมักที่สำรองไว้เข้ากับมอลโตสหรือน้ำผึ้งและน้ำร้อน 1 ช้อนโต๊ะ
g) เมื่อผ่านไป 40 นาที ให้ปิ้งหมู พลิกกลับด้าน แล้วปิ้งอีกด้านด้วย ย่างเป็นเวลา 10 นาทีสุดท้าย
h) หลังจากผ่านไป 50 นาที เนื้อหมูควรสุกและเคลือบคาราเมลไว้ด้านบน ถ้ามันไม่เคลือบคาราเมลตามที่คุณชอบ คุณสามารถเปิดไก่เนื้อสักสองสามนาทีเพื่อให้ด้านนอกกรอบและเพิ่มสี/กลิ่น

66. ซาลาเปาไส้หมูแดง

ทำให้ 10 ขนมปัง

วัตถุดิบ:

สำหรับแป้งซาลาเปา:

- ยีสต์แห้งที่ใช้งานอยู่ 1 ช้อนชา
- น้ำอุ่น ¾ ถ้วยตวง
- 2 ถ้วยแป้งอเนกประสงค์
- แป้งข้าวโพด 1 ถ้วย
- 5 ช้อนโต๊ะ น้ำตาล
- น้ำมันคาโนลาหรือน้ำมันพืช ¼ ถ้วยตวง
- ผงฟู 2½ ช้อนชา

สำหรับการกรอก:

- น้ำมัน 1 ช้อนโต๊ะ
- หอมแดงหรือหอมแดงสับละเอียด ⅓ ถ้วยตวง
- น้ำตาล 1 ช้อนโต๊ะ
- ซีอิ๊วขาว 1 ช้อนโต๊ะ
- ซอสหอยนางรม1½ ช้อนโต๊ะ
- น้ำมันงา 2 ช้อนชา
- ซีอิ้วดำ 2 ช้อนชา
- น้ำสต๊อกไก่ ½ ถ้วยตวง
- 2 ช้อนโต๊ะ แป้งอเนกประสงค์
- หมูย่างแบบจีนหั่นเต๋า 1½ ถ้วยตวง

คำแนะนำ:

a) ในชามผสมไฟฟ้าที่มีตะขอเกี่ยวแป้ง (คุณสามารถใช้ชามผสมปกติแล้วนวดด้วยมือก็ได้) ละลายยีสต์แห้งที่ใช้งานอยู่ 1 ช้อนชาในน้ำอุ่น ¾ ถ้วยตวง ร่อนแป้งและแป้งข้าวโพดเข้าด้วยกันแล้วใส่ลงในส่วนผสมของยีสต์พร้อมกับน้ำตาลและน้ำมัน
b) เปิดเครื่องผสมไปที่การตั้งค่าต่ำสุดแล้วปล่อยจนกว่าก้อนแป้งจะเรียบขึ้น คลุมด้วยผ้าชุบน้ำหมาดๆ แล้วพักไว้ 2 ชั่วโมง (คุณจะเพิ่มผงฟูในภายหลัง!)
c) ในขณะที่แป้งพักอยู่ให้ทำไส้ ตั้งน้ำมัน 1 ช้อนโต๊ะในกระทะบนไฟร้อนปานกลาง ใส่หอมแดง/หัวหอมและผัดเป็นเวลา 1 นาที ลดไฟลงเป็นไฟอ่อนปานกลาง ใส่น้ำตาล ซีอิ๊วขาว ซอสหอยนางรม น้ำมันงา และซีอิ๊วดำ คนและปรุงอาหารจนส่วนผสมเริ่มมีฟอง ใส่น้ำสต็อกไก่และแป้ง ปรุงอาหารประมาณ 3 นาทีจนข้น นำลงจากเตาแล้วใส่หมูย่างลงไปผัด พักไว้ให้เย็น หากคุณทำไส้ล่วงหน้า ให้ปิดฝาและแช่เย็นเพื่อป้องกันไม่ให้ไส้แห้ง
d) หลังจากพักแป้งไว้ 2 ชั่วโมงแล้ว ให้ใส่ผงฟูลงในแป้งแล้วเปิดเครื่องผสมไปที่การตั้งค่าต่ำสุด ณ จุดนี้ หากแป้งดูแห้งหรือคุณมีปัญหาในการใส่ผงฟู ให้เติมน้ำ 1-2 ช้อนชา นวดแป้งเบา ๆ จนแป้งเนียนอีกครั้ง คลุมด้วยผ้าชุบน้ำหมาดๆ แล้วพักไว้อีก 15 นาที ในระหว่างนี้ ให้หากระดาษ parchment แผ่นใหญ่แล้วตัดเป็นสี่เหลี่ยมขนาด 4x4 นิ้ว 10 ชิ้น เตรียมหม้อนึ่งของคุณโดยต้มน้ำให้เดือด

e) ตอนนี้เราพร้อมที่จะประกอบขนมปังแล้ว:
ม้วนแป้งเป็นหลอดยาวแล้วแบ่งออกเป็น 10 ชิ้นเท่า ๆ กัน กดแป้งแต่ละชิ้นเป็นแผ่นเส้นผ่านศูนย์กลางประมาณ 4½ นิ้ว (ตรงกลางควรหนากว่าและบางกว่าตรงขอบ)
เติมไส้และจีบซาลาเปาจนปิดด้านบน
f) วางขนมปังแต่ละก้อนลงบนกระดาษ parchment แล้วนึ่ง ฉันนึ่งซาลาเปาเป็นสองชุดแยกกันโดยใช้ไม้ไผ่นึ่ง
g) เมื่อน้ำเดือด ใส่ซาลาเปาลงในหม้อนึ่งและนึ่งแต่ละชุดเป็นเวลา 12 นาทีด้วยไฟแรง

67. หมูสามชั้นย่างกวางตุ้ง

ทำหน้าที่ 6-8

วัตถุดิบ:

- หมูสามชั้นแผ่น 3 ปอนด์ติดผิวหนัง
- ไวน์ Shaoxing 2 ช้อนชา
- เกลือ 2 ช้อนชา
- น้ำตาล 1 ช้อนชา
- ผงเครื่องเทศ 5 ช้อนชา ½ ช้อนชา
- พริกไทยขาว ¼ ช้อนชา
- น้ำส้มสายชูไวน์ข้าว 1½ ช้อนชา
- เกลือทะเลหยาบ ½ ถ้วยตวง

คำแนะนำ:

a) ล้างหมูสามชั้นแล้วซับให้แห้ง วางโดยให้ด้านผิวคว่ำลงบนถาด แล้วถูไวน์ Shaoxing เข้ากับเนื้อ (ไม่ใช่ผิว) ผสมเกลือ น้ำตาล
b) ผงเครื่องเทศห้าอย่างและพริกไทยขาว ถูส่วนผสมเครื่องเทศนี้ให้ทั่วเนื้อเช่นกัน พลิกเนื้อกลับด้านโดยให้ด้านที่มีผิวหนังขึ้น

c) เพื่อทำขั้นตอนต่อไป จริงๆ แล้วมีเครื่องมือพิเศษที่ร้านอาหารใช้ แต่เราแค่ใช้ไม้เสียบโลหะแหลมๆ เจาะรูทั่วผิวอย่างเป็นระบบ ซึ่งจะช่วยให้ผิวกรอบขึ้น แทนที่จะคงความเรียบเนียนและเหนียวเหนอะหนะ ยิ่งมีรูมากเท่าไหร่ก็ยิ่งดีเท่านั้น ตรวจสอบให้แน่ใจว่าลึกพอ หยุดอยู่แค่เหนือชั้นไขมันข้างใต้

d) ปล่อยให้หมูสามชั้นแห้งในตู้เย็นโดยไม่ปิดฝาเป็นเวลา 12-24 ชั่วโมง

e) เปิดเตาอบที่ 375 องศาฟาเรนไฮต์ วางแผ่นอลูมิเนียมฟอยล์ขนาดใหญ่ (ฟอยล์แบบหนาจะทำงานได้ดีที่สุด) ลงบนถาดอบ แล้วพับด้านข้างรอบๆ หมูให้พอดีๆ เพื่อสร้างกล่องรอบๆ หมู โดยมีขอบสูง 1 นิ้วล้อมรอบด้านข้าง

f) ทาน้ำส้มสายชูไวน์ข้าวลงบนหนังหมู ห่อเกลือทะเลในชั้นเดียวให้ทั่วผิวหนังเพื่อให้เนื้อหมูปกคลุมอย่างสมบูรณ์ ใส่ในเตาอบและอบเป็นเวลา 1 ชั่วโมง 30 นาที ถ้าหมูสามชั้นของคุณยังมีซี่โครงติดอยู่ ให้ย่าง 1 ชั่วโมง 45 นาที

g) นำหมูออกจากเตาอบ เปิดเตาย่างให้ต่ำ และวางตะแกรงเตาอบไว้ที่ตำแหน่งต่ำสุด นำเกลือทะเลชั้นบนออกจากหมูสามชั้น คลี่ฟอยล์ออก แล้ววางตะแกรงย่างบนกระทะ วางหมูสามชั้นบนตะแกรงแล้ววางกลับเข้าไปใต้เนื้อไก่เพื่อให้กรอบขึ้น ควรใช้เวลา 10-15 นาที

h) เมื่อหนังพองขึ้นและกรอบแล้ว นำออกจากเตาอบ พักไว้ประมาณ 15 นาที หั่นพร้อมเสิร์ฟ!

68. ก๋วยเตี๋ยวแกงกะทิ

วัตถุดิบ:

- น้ำมัน 2 ช้อนโต๊ะ
- 3 กลีบกระเทียมสับ
- ขิงสด 1 ช้อนโต๊ะขูด
- พริกแกงเผ็ดไทย 3 ช้อนโต๊ะ
- อกไก่หรือสะโพกไก่ไม่มีกระดูก 8 ออนซ์ หั่นบาง ๆ
- น้ำซุปไก่ 4 ถ้วย
- น้ำ 1 ถ้วย
- น้ำปลา2ช้อนโต๊ะ
- กะทิ ⅔ ถ้วยตวง
- เส้นหมี่อบแห้ง 6 ออนซ์
- มะนาว 1 ลูก คั้นน้ำ

คำแนะนำ:

a) หอมแดงซอย พริกชี้ฟ้าแดง ผักชี ต้นหอมสำหรับโรยหน้า

b) ในหม้อขนาดใหญ่บนไฟปานกลาง ใส่น้ำมัน กระเทียม ขิง และพริกแกงเผ็ด ผัดประมาณ 5 นาทีจนมีกลิ่นหอม

c) ใส่ไก่ลงไปแล้วต้มต่ออีกสองสามนาที จนเนื้อไก่เปลี่ยนเป็นสีขุ่น

d) ใส่น้ำซุปไก่ น้ำเปล่า น้ำปลา และหัวกะทิ นำไปต้ม.

e) เมื่อถึงจุดนี้ให้ชิมน้ำซุปด้วยเกลือและปรับรสตามนั้น
f) เทน้ำซุปเดือดลงบนบะหมี่วุ้นเส้นแห้งในชามสำหรับเสิร์ฟ
เติมน้ำมะนาวและเครื่องปรุง พร้อมเสิร์ฟ
บะหมี่จะพร้อมรับประทานภายในไม่กี่นาที

69. ก๋วยเตี๋ยวเนื้อต้มยำ

วัตถุดิบ:

- น้ำเย็น 16 ถ้วยตวง
- ขิง 6 ชิ้น
- 3 ต้นหอม ล้างและผ่าครึ่ง
- ไวน์ Shaoxing ¼ ถ้วย
- 3 ปอนด์ เนื้อสันในหั่นเป็นชิ้นขนาด 1½ นิ้ว
- น้ำมัน 3 ช้อนโต๊ะ
- 1 ถึง 2 ช้อนโต๊ะพริกไทยเสฉวน
- กระเทียม 2 หัวปอกเปลือก
- หัวหอมใหญ่ 1 หัวหั่นเป็นชิ้น
- โป๊ยกั๊ก 5 ดาว
- ใบกระวาน 4 ใบ
- เต้าเจี้ยวเผ็ด ¼ ถ้วยตวง
- มะเขือเทศลูกใหญ่ 1 ลูก หั่นเป็นชิ้นเล็กๆ
- ซีอิ๊วขาว ½ ถ้วยตวง
- น้ำตาล 1 ช้อนโต๊ะ
- เปลือกส้มเขียวหวานแห้ง 1 ชิ้นใหญ่
- เส้นหมี่สดหรือแห้งตามชอบ
- ต้นหอมซอยและผักชีสำหรับโรยหน้า

คำแนะนำ:

a) อุ่นน้ำมันในหม้อสต็อกอีกใบหรือกระทะใบใหญ่บนไฟอ่อนปานกลาง แล้วใส่พริกไทยเสฉวน กลีบกระเทียม หัวหอม โป๊ยกั๊ก และใบกระวาน ปรุงอาหารจนกลีบกระเทียมและหัวหอมเริ่มนิ่ม (ประมาณ 5 - 10 นาที) ใส่เต้าเจี้ยวลงไปผัด

b) จากนั้นใส่มะเขือเทศและปรุงเป็นเวลาสองนาที สุดท้ายผัดซีอิ๊วขาวและน้ำตาล ปิดความร้อน

c) ทีนี้มาตักเนื้อวัว ขิง และต้นหอมจากหม้อที่ 1 ออกมาแล้วย้ายไปที่หม้อที่ 2 จากนั้นเทน้ำสต็อกผ่านกระชอนตาถี่ ตั้งหม้อบนไฟแรงแล้วใส่เปลือกส้มเขียวหวานลงไป ปิดฝาและนำซุปไปต้ม ลดความร้อนลงจนเดือดปุดๆ แล้วปรุงเป็นเวลา 60-90 นาที

d) หลังจากเคี่ยวแล้ว ให้ปิดไฟ แต่ปิดฝาไว้ และปล่อยให้หม้อนั่งบนเตา (ปิดไฟ) อีกหนึ่งชั่วโมงเต็มเพื่อให้รสชาติเข้ากัน ฐานซุปของคุณเสร็จแล้ว อย่าลืมต้มน้ำซุปให้เดือดอีกครั้งก่อนเสิร์ฟ

70. ซุปไข่

วัตถุดิบ:

- น้ำสต๊อกไก่ออร์แกนิก 4 ถ้วยตวง
- น้ำมันงา ½ ช้อนชา
- เกลือ ½ ช้อนชา
- น้ำตาลอีกหยิบมือ
- หยิกพริกไทยขาว
- 5 หยดสีผสมอาหารสีเหลือง
- แป้งข้าวโพด ¼ ถ้วย ผสมกับน้ำ ½ ถ้วย
- ไข่ 3 ฟอง ตีเล็กน้อย
- 1 ต้นหอมสับ

คำแนะนำ:

a) นำสต็อกไก่ไปเคี่ยวในหม้อซุปขนาดกลาง ผัดน้ำมันงา เกลือ น้ำตาล และพริกไทยขาว
b) ถัดไปเพิ่มสารละลายแป้งข้าวโพด
c) ปล่อยให้ซุปเดือดปุดๆ สักสองสามนาที จากนั้นตรวจดูว่ามีความสม่ำเสมอตามที่คุณชอบหรือไม่
d) ตักซุปใส่ชาม โรยต้นหอมซอย โรยน้ำมันงาด้านบน พร้อมเสิร์ฟ!

71. ซุปเกี๊ยวง่ายๆ

วัตถุดิบ:

- 10 ออนซ์ เบบี้บกฉ่อยหรือผักสีเขียวที่คล้ายกัน
- หมูบด 1 ถ้วยตวง
- น้ำมันงา 2½ ช้อนโต๊ะ
- หยิกพริกไทยขาว
- ซีอิ๊วขาวปรุงรส 1 ช้อนโต๊ะ
- เกลือ ½ ช้อนชา
- ไวน์ Shaoxing 1 ช้อนโต๊ะ
- สกินเกี๊ยว 1 แพ็ค
- น้ำสต๊อกไก่อย่างดี 6 ถ้วยตวง
- น้ำมันงา 1 ช้อนโต๊ะ
- พริกไทยขาวและเกลือเพื่อลิ้มรส
- 1 ต้นหอมสับ

คำแนะนำ:

a) เริ่มจากการล้างผักให้สะอาด
นำหม้อน้ำขนาดใหญ่ไปต้มและลวกผักจนเหี่ยว สะเด็ดน้ำและล้างในน้ำเย็น หยิบผักเป็นกอๆ แล้วค่อยๆ บีบน้ำออกให้มากที่สุดเท่าที่จะทำได้ สับผักให้ละเอียดมาก
(คุณสามารถเร่งกระบวนการได้โดยโยนลงในเครื่องเตรียมอาหาร)

b) ใส่ผักสับละเอียด หมูสับ น้ำมันงา พริกไทยขาว ซีอิ๊วขาว เกลือ และไวน์ Shaoxing ในชามขนาดกลาง ผสมให้ละเอียดจนส่วนผสมเป็นอิมัลซิไฟเออร์—เกือบจะเป็นเนื้อเดียวกัน

c) ถึงเวลารวบรวมแล้ว! เติมน้ำลงในชามใบเล็ก หยิบกระดาษห่อแล้วใช้นิ้วทำให้ขอบกระดาษห่อเปียก เติมไส้เล็กน้อยลงไปตรงกลาง พับครึ่งกระดาษห่อแล้วกดทั้งสองด้านเข้าหากัน จะได้ผนึกแน่น

d) จับมุมสองมุมด้านล่างของสี่เหลี่ยมผืนผ้าเล็กๆ ที่คุณเพิ่งทำขึ้นมา แล้วนำมุมทั้งสองมารวมกัน คุณสามารถใช้น้ำเล็กน้อยเพื่อให้แน่ใจว่ามันติด และนั่นแหล่ะ! ประกอบต่อไปจนกว่าจะหมดไส้ วางเกี๊ยวบนถาดอบหรือจานที่รองด้วยกระดาษ parchment เพื่อป้องกันการติด

e) ณ จุดนี้ คุณสามารถคลุมเกี๊ยวด้วยพลาสติกแรป ใส่แผ่นรองอบ/แผ่นอบในช่องแช่แข็ง และย้ายไปยังถุง Ziploc เมื่อแช่แข็งแล้ว พวกเขาจะเก็บไว้ในช่องแช่แข็งเป็นเวลาสองถึงสามเดือน และพร้อมสำหรับซุปเกี๊ยวได้ทุกเมื่อที่คุณต้องการ

f) ในการทำซุป ให้อุ่นน้ำสต๊อกไก่ให้เดือดปุดๆ แล้วเติมน้ำมันงา พริกไทยขาว และเกลือ

g) นำหม้อต้มน้ำแยกต่างหาก ค่อยๆ ใส่เกี๊ยวทีละอันลงในหม้อ คนเพื่อไม่ให้เกี๊ยวติดอยู่ด้านล่าง ถ้าพวกมันติด ไม่ต้องกังวล พวกมันควรจะหลุดออกมาทันทีเมื่อพวกมันสุกแล้ว เมื่อลอยเสร็จแล้ว ระวังอย่าให้สุกจนเกินไป

h) นำเกี๊ยวออกด้วยช้อนที่มีรูแล้วใส่ลงในชาม เทซุปลงบนเกี๊ยวและโรยหน้าด้วยต้นหอมสับ ให้บริการ!

72. ซุปไข่

วัตถุดิบ:

- 4 ถ้วยน้ำซุปไก่โซเดียมต่ำ
- ขิงสดปอกเปลือก 2 ชิ้น
- 2 กลีบกระเทียมปอกเปลือก
- ซีอิ๊วขาว 2 ช้อนชา
- แป้งข้าวโพด 2 ช้อนโต๊ะ
- น้ำ 3 ช้อนโต๊ะ
- ไข่ใบใหญ่ 2 ฟอง ตีเบา ๆ
- น้ำมันงา 1 ช้อนชา
- ต้นหอม 2 ต้น หั่นบางๆ สำหรับโรยหน้า

คำแนะนำ:

a) ในกระทะหรือหม้อซุป ผสมน้ำซุป ขิง กระเทียม และซีอิ๊วขาวแล้วนำไปต้ม ลดลงเคี่ยวและปรุงอาหารเป็นเวลา 5 นาที ลบและทิ้งขิงและกระเทียม

b) ในชามขนาดเล็ก ผสมแป้งข้าวโพดกับน้ำแล้วคนส่วนผสมลงในกระทะ

c) ลดความร้อนลงจนเดือดปุดๆ จุ่มส้อมลงในไข่ที่ตีแล้วลากผ่านซุป ค่อยๆ คนไปเรื่อยๆ เคี่ยวน้ำซุปสักครู่เพื่อให้ไข่เซ็ตตัว ผัดน้ำมันงาและตักซุปลงในชามเสิร์ฟ โรยหน้าด้วยต้นหอม

73. ข้าวผัดไข่

วัตถุดิบ:

- ข้าวสวย 5 ถ้วยตวง
- 5 ไข่ขนาดใหญ่ (แบ่ง)
- น้ำ 2 ช้อนโต๊ะ
- พริกปาปริก้า ¼ ช้อนชา
- ขมิ้น ¼ ช้อนชา
- น้ำมัน 3 ช้อนโต๊ะ (แบ่ง)
- หัวหอมขนาดกลาง 1 หัวสับละเอียด
- พริกหยวกแดง ½ ลูก สับละเอียด
- ถั่วลันเตาแช่แข็ง ½ ถ้วย ละลาย
- เกลือ 1½ ช้อนชา
- น้ำตาล ¼ ช้อนชา
- พริกไทยดำ ¼ ช้อนชา
- 2 ต้นหอมสับ

คำแนะนำ:

a) ใช้ส้อมยีข้าวให้ฟูและแตกออกจากกัน หากคุณใช้ข้าวที่หุงสุกใหม่ๆ ให้วางบนเคาน์เตอร์โดยไม่ปิดฝาจนกว่าข้าวจะหยุดนึ่งก่อนที่จะขึ้นฟู

b) ตีไข่ 3 ฟองในชามเดียว ตีไข่อีก 2 ฟองในชามอีกใบ ตามด้วยน้ำ 2 ช้อนโต๊ะ ปาปริก้า และขมิ้น วางสองชามนี้ไว้

c) ตั้งกระทะบนไฟร้อนปานกลาง ใส่น้ำมัน 2 ช้อนโต๊ะ ใส่ไข่ที่ตี 3 ฟอง (ไม่ใส่เครื่องเทศ) แล้วคนให้เข้ากัน นำออกจากกระทะแล้วพักไว้
d) ตั้งกระทะบนไฟแรงแล้วใส่น้ำมันช้อนโต๊ะสุดท้าย ใส่หัวหอมหั่นเต๋าและพริกหยวก ผัดประมาณ 1-2 นาที จากนั้นใส่ข้าวลงไปผัดประมาณ 2 นาที โดยใช้การตักเพื่อให้ข้าวร้อนสม่ำเสมอ ใช้ไม้พายเกลี่ยให้ข้าวแตกกอ
e) ต่อจากนั้น เทไข่ที่ยังไม่สุกและส่วนผสมของเครื่องเทศลงบนข้าว แล้วผัดประมาณ 1 นาที จนข้าวเคลือบไข่ทั้งหมด
f) ใส่ถั่วลันเตาลงไปผัดต่ออีกสักครู่ จากนั้นทาเกลือ น้ำตาล และพริกไทยดำให้ทั่วข้าวแล้วคลุกเคล้า ตอนนี้คุณควรเห็นไอน้ำออกมาจากข้าว ซึ่งหมายความว่าข้าวผ่านความร้อนแล้ว

74. ข้าวผัดหมูคลาสสิค

วัตถุดิบ:

- น้ำร้อน 1 ช้อนโต๊ะ
- น้ำผึ้ง 1 ช้อนชา
- น้ำมันงา 1 ช้อนชา
- ไวน์ Shaoxing 1 ช้อนชา
- ซอสถั่วเหลือง 1 ช้อนโต๊ะ
- ซีอิ๊วดำ 1 ช้อนชา
- พริกไทยขาว ¼ ช้อนชา
- ข้าวขาวหุงสุก 5 ถ้วยตวง
- น้ำมัน 1 ช้อนโต๊ะ
- 1 หัวหอมขนาดกลางหั่นสี่เหลี่ยมลูกเต๋า
- หมูบาร์บีคิวจีน 1 ปอนด์หั่นเป็นชิ้น
- 2 ไข่, กวน
- ถั่วงอก ½ ถ้วยตวง
- 2 ต้นหอมสับ

คำแนะนำ:

a) เริ่มต้นด้วยการผสมน้ำร้อน น้ำผึ้ง น้ำมันงา ไวน์ Shaoxing ซอสถั่วเหลือง ซีอิ๊วดำ และพริกไทยขาวในชามขนาดเล็ก
b) นำข้าวที่หุงแล้วขึ้นฟูด้วยส้อมหรือใช้มือ
c) ตั้งกระทะบนไฟร้อนปานกลาง ใส่น้ำมัน 1 ช้อนโต๊ะและผัดหัวหอมจนสุกโปร่งแสง นำหมูย่างลงไปผัด

เพิ่มข้าวและผสมให้เข้ากัน ใส่ส่วนผสมของซอสและเกลือลงไป แล้วคลุกเคล้าด้วยการตักจนข้าวเคลือบซอสอย่างสม่ำเสมอ

d) โยนไข่ ถั่วงอก และต้นหอมลงไป ผสมให้เข้ากันอีกสักหนึ่งหรือสองนาทีแล้วเสิร์ฟ!

75. ก๋วยเตี๋ยวขี้เมา

วัตถุดิบ:

สำหรับไก่และน้ำดอง:

- น้ำ 2 ช้อนโต๊ะ
- 12 ออนซ์ สะโพกไก่หรืออกไก่หั่นบาง ๆ
- ซอสถั่วเหลือง 1 ช้อนชา
- น้ำมัน 1 ช้อนชา
- แป้งข้าวโพด 2 ช้อนชา

สำหรับส่วนที่เหลือของจาน:

- เส้นก๋วยเตี๋ยวแห้งกว้าง 8 ออนซ์ปรุงสุก
- น้ำตาลทรายแดง 1½ ช้อนชา ละลายในน้ำร้อน 1 ช้อนโต๊ะ
- ซอสถั่วเหลือง 2 ช้อนชา
- ซีอิ๊วดำ 1 ช้อนชา
- น้ำปลา 1 ช้อนโต๊ะ
- ซอสหอยนางรม 2 ช้อนชา
- พริกไทยขาวป่นเล็กน้อย
- น้ำมันพืชหรือน้ำมันคาโนลา 3 ช้อนโต๊ะ (แบ่งไว้)
- กระเทียม 3 กลีบหั่นบาง ๆ
- ขิงขูดสด ¼ ช้อนชา
- 2 หอมแดงหั่นบาง ๆ (ประมาณ ⅓ ถ้วย)
- ต้นหอม 1 ต้น หั่นเป็นชิ้นขนาด 3 นิ้ว
- พริกชี้ฟ้าแดง 4 เม็ด คว้านเอาเม็ดออก
- กะเพราหรือกะเพราไทย 1 ถ้วยตวง

- ข้าวโพดอ่อน 5 ถึง 6 ชิ้น ผ่าครึ่ง (ไม่ใส่ก็ได้)
- ไวน์ Shaoxing 2 ช้อนชา

คำแนะนำ:

a) ใส่น้ำ 2 ช้อนโต๊ะลงในไก่ที่หั่นเป็นชิ้นด้วยมือของคุณจนกว่าไก่จะดูดซับของเหลว ใส่ซีอิ๊ว น้ำมัน แป้งข้าวโพด คลุกเคล้าจนไก่เคลือบทั่วกัน พักไว้ 20 นาที

b) ผสมน้ำตาลทรายแดง ซีอิ๊วขาว น้ำปลา ซอสหอยนางรม และพริกไทยขาว คนให้เข้ากันในชามใบเล็กแล้วพักไว้

c) ตั้งกระทะให้ร้อนจนใกล้จะเดือด และทาน้ำมัน 2 ช้อนโต๊ะรอบๆ กระทะ ใส่ไก่และปล่อยให้ย่างด้านละ 1 นาทีจนสุกประมาณ 90% นำออกจากกระทะและพักไว้ หากความร้อนสูงพอและคุณย่างเนื้อได้ถูกต้อง กระทะของคุณควรจะยังสะอาดไม่มีสิ่งใดติดอยู่
ถ้าไม่คุณสามารถล้างกระทะเพื่อป้องกันไม่ให้เส้นก๋วยเตี๋ยวติด

d) ดำเนินการต่อด้วยกระทะบนไฟแรงและใส่น้ำมัน 1 ช้อนโต๊ะ พร้อมด้วยกระเทียมและขิงขูด

e) หลังจากนั้นสักครู่ ใส่หอมแดงลงไป ผัดประมาณ 20 วินาทีแล้วใส่ต้นหอม พริกชี้ฟ้า ใบโหระพา ข้าวโพดอ่อน และไวน์ Shaoxing ผัดต่ออีก 20 วินาที แล้วใส่เส้นหมี่ลงไป ใช้การตักเพื่อผสมทุกอย่างอีกสักครู่จนกว่าบะหมี่จะอุ่นขึ้น

f) จากนั้นใส่ส่วนผสมของซอสที่เตรียมไว้ลงไปผัดด้วยไฟแรงสุดประมาณ 1 นาทีจนเส้นบะหมี่มีสีสม่ำเสมอกัน ใช้ไม้พายโลหะขูดก้นกระทะเพื่อป้องกันการเกาะติด

g) ใส่ไก่ที่ผัดแล้วผัดต่ออีก 1 ถึง 2 นาที ให้บริการ!

76. บะหมี่เสฉวนแดนแดน

วัตถุดิบ:

สำหรับน้ำมันพริก:

- พริกไทยเสฉวน 2 ช้อนโต๊ะ
- อบเชยยาว 1 นิ้ว
- โป๊ยกั๊ก 2 ดาว
- น้ำมัน 1 ถ้วย
- เกล็ดพริกแดงบด ¼ ถ้วยตวง

สำหรับเนื้อและ SUI MI YA CAI:

- น้ำมัน 3 ช้อนชา (แบ่ง)
- หมูบด 8 ออนซ์
- ซอสถั่วหวานหรือซอสฮอยซิน 2 ช้อนชา
- ไวน์ Shaoxing 2 ช้อนชา
- ซีอิ๊วดำ 1 ช้อนชา
- ผงเครื่องเทศ 5 ช้อนชา ½ ช้อนชา
- ⅓ ถ้วย ซุย มิ หยา ไก

สำหรับซอส:

- วางงา 2 ช้อนโต๊ะ (ทาฮินี)
- ซอสถั่วเหลือง 3 ช้อนโต๊ะ
- น้ำตาล 2 ช้อนชา

- ผงเครื่องเทศห้าช้อนชา ¼ ช้อนชา
- ผงพริกไทยเสฉวน ½ ช้อนชา
- น้ำมันพริกที่เตรียมไว้ ½ ถ้วยตวง
- กระเทียม 2 กลีบสับละเอียดมาก
- น้ำปรุงร้อน ¼ ถ้วยตวงจากบะหมี่

สำหรับบะหมี่และผัก:

- บะหมี่ขาวสดหรือแห้ง 1 ปอนด์หนาปานกลาง
- ผักใบเขียว 1 พวงเล็ก ๆ (ผักโขม, บกฉ่อยหรือผักกวางตุ้ง)

รวมตัว:

- ถั่วลิสงสับ (ไม่จำเป็น)
- ต้นหอมสับ

คำแนะนำ:

a) วิธีทำส่วนผสมเนื้อ: ตั้งกระทะใส่น้ำมัน 1 ช้อนชาบนไฟร้อนปานกลาง และใส่หมูบดลงไปให้เหลือง ใส่ซอสถั่วหวาน ไวน์ Shaoxing ซีอิ๊วดำ และผงเครื่องเทศห้าชนิด ปรุงอาหารจนของเหลวทั้งหมดระเหย พักไว้ อุ่นน้ำมันอีก 2 ช้อนชาในกระทะด้วยไฟปานกลาง แล้วผัด sui mi ya cai (ผักดอง) สักครู่ พักไว้

b) ทำซอส: ผสมส่วนผสมซอสทั้งหมดเข้าด้วยกัน ชิมรสและปรุงรสตามใจชอบ คุณสามารถคลายด้วยน้ำ เพิ่มผงพริกไทยเสฉวนมากขึ้น

c) ในการเตรียมบะหมี่และผัก: ปรุงบะหมี่ตามคำแนะนำบนบรรจุภัณฑ์แล้ว สะเด็ดน้ำ ลวกผักในน้ำก๋วยเตี๋ยวแล้วสะเด็ดน้ำ

d) แบ่งซอสออกเป็นสี่ชาม ตามด้วยบะหมี่และผักใบเขียว ใส่หมูที่ปรุงแล้วและ sui mi ya cai ลงไปด้านบน โรยด้วยถั่วลิสงสับ (ไม่จำเป็น) และต้นหอม

e) ผสมทุกอย่างเข้าด้วยกันแล้วสนุกได้เลย!

77. ต้มยำ

วัตถุดิบ:

- เนื้อซี่โครงหมูไม่มีกระดูก 4 ออนซ์หั่นเป็นเส้นหนา¼นิ้ว
- ซีอิ๊วดำ 1 ช้อนโต๊ะ
- เห็ดหอมแห้ง 4 ดอก
- 8 เห็ดหูหนูแห้ง
- แป้งข้าวโพด 1½ ช้อนโต๊ะ
- น้ำส้มสายชูข้าวที่ไม่ได้ปรุงรส ¼ ถ้วยตวง
- ซีอิ๊วขาว 2 ช้อนโต๊ะ
- น้ำตาล 2 ช้อนชา
- 1 ช้อนชา น้ำมันพริก
- พริกไทยขาวป่น 1 ช้อนชา
- น้ำมันพืช 2 ช้อนโต๊ะ
- ขิงสดปอกเปลือก 1 ชิ้น ขนาดประมาณหนึ่งในสี่
- เกลือโคเชอร์
- 4 ถ้วยน้ำซุปไก่โซเดียมต่ำ
- เต้าหู้แข็ง 4 ออนซ์ ล้างและหั่นเป็นเส้นขนาด ¼ นิ้ว
- ไข่ใบใหญ่ 1 ฟอง ตีเบาๆ

- ต้นหอม 2 ต้น หั่นบางๆ สำหรับโรยหน้า

คำแนะนำ:

a) ในชาม โยนหมูและซีอิ๊วดำให้เคลือบ พักไว้

b) ใส่เห็ดทั้งสองลงในชามกันความร้อนและปิดด้วยน้ำเดือด แช่เห็ดจนนิ่มประมาณ 20 นาที เทน้ำเห็ด ¼ ถ้วยตวงลงในแก้วตวงแล้วพักไว้ ระบายและทิ้งของเหลวที่เหลือ เห็ดหอมฝานบาง ๆ และเห็ดหูหนูหั่นเป็นชิ้นขนาดพอดีคำ ใส่เห็ดทั้งสองลงในอ่างแช่และพักไว้

c) คนแป้งข้าวโพดลงในน้ำเห็ดที่สำรองไว้จนแป้งข้าวโพดละลาย ผัดน้ำส้มสายชู ซีอิ๊วขาว น้ำตาล น้ำมันพริก และพริกไทยขาวจนน้ำตาลละลาย พักไว้

d) ตั้งกระทะบนไฟร้อนปานกลางจนหยดน้ำร้อนฉ่าและระเหยเมื่อสัมผัส เทน้ำมันพืชลงไปและหมุนให้เคลือบฐานกระทะ ปรุงรสน้ำมันโดยใส่ขิงและเกลือเล็กน้อย ปล่อยให้ขิงร้อนฉ่าในน้ำมันประมาณ 30 วินาที หมุนวนเบาๆ

e) ใส่หมูลงในกระทะและผัดประมาณ 3 นาทีจนกว่าเนื้อหมูจะไม่เป็นสีชมพูอีกต่อไป นำขิงออกและทิ้ง เพิ่มน้ำซุปและนำไปต้ม เคี่ยวจนเดือดแล้วใส่เห็ดลงไป ผัดเต้าหู้และเคี่ยวเป็นเวลา 2 นาที ผัดส่วนผสมแป้งข้าวโพดแล้วกลับความร้อนสูงปานกลาง กวนจนซุปข้น ประมาณ 30 วินาที ลดความร้อนลงจนเดือดปุดๆ

f) จุ่มส้อมลงในไข่ที่ตีแล้วลากผ่านซุป ค่อยๆ คนไปเรื่อยๆ

78. โจ๊กหมู

วัตถุดิบ:

- น้ำ 10 ถ้วย
- ข้าวหอมมะลิ ¾ ถ้วยตวง ล้างและสะเด็ดน้ำ
- เกลือโคเชอร์ 1 ช้อนชา
- ขิงสดปอกเปลือกสับละเอียด 2 ช้อนชา
- 2 กลีบกระเทียมสับ
- ซีอิ๊วขาว 1 ช้อนโต๊ะ และอื่น ๆ สำหรับเสิร์ฟ
- ไวน์ข้าว Shaoxing 2 ช้อนชา
- แป้งข้าวโพด 2 ช้อนชา
- หมูบด 6 ออนซ์
- น้ำมันพืช 2 ช้อนโต๊ะ
- ผักจีนดองฝานบางสำหรับเสิร์ฟ (ไม่ใส่ก็ได้)
- Scallion-Ginger Oil สำหรับเสิร์ฟ (ไม่จำเป็น)
- น้ำมันพริกทอด สำหรับเสิร์ฟ (ไม่ใส่ก็ได้)
- น้ำมันงาสำหรับเสิร์ฟ (ไม่จำเป็น)

คำแนะนำ:

a) นำน้ำไปต้มในหม้อก้นหนา ผัดข้าวและเกลือแล้วลดความร้อนลงจนเดือดปุดๆ ปิดฝาและหุงกวนเป็นครั้งคราวประมาณ 1 ½ ชั่วโมง จนกว่าข้าวจะนิ่มเหมือนโจ๊ก

b) ในขณะที่โจ๊กกำลังทำอาหาร ให้ผสมขิง กระเทียม ซีอิ๊วขาว ไวน์ข้าว และแป้งข้าวโพดในชามขนาดกลาง ใส่หมูลงไปหมักไว้ 15 นาที

c) ตั้งกระทะบนไฟร้อนปานกลางจนหยดน้ำร้อนฉ่าและระเหยเมื่อสัมผัส เทน้ำมันพืชลงไปและหมุนให้เคลือบฐานกระทะ ใส่หมูลงไปผัดคลุกเคล้าให้เนื้อแตก ประมาณ 2 นาที

d) ปรุงต่ออีก 1 ถึง 2 นาทีโดยไม่ต้องคนเพื่อให้ได้คาราเมล

e) เสิร์ฟโจ๊กในชามซุปราดด้วยหมูผัด โรยหน้าด้วยท็อปปิ้งที่คุณเลือก

วัตถุดิบ:

- น้ำมันพืช 2 ช้อนโต๊ะ
- เกลือโคเชอร์
- ไข่ใหญ่ 1 ฟอง ตี
- กุ้ง ½ ปอนด์ (ขนาดใดก็ได้) ปอกเปลือก ผ่าหลัง และหั่นเป็นชิ้นขนาดพอดีคำ
- 1 ช้อนชา ขิงสดปอกเปลือกสับละเอียด
- 2 กลีบกระเทียมสับละเอียด
- ถั่วลันเตาและแครอทแช่แข็ง ½ ถ้วย
- 2 ต้นหอมหั่นบาง ๆ แบ่ง
- ข้าวสวยเย็น 3 ถ้วยตวง
- เนยจืด 3 ช้อนโต๊ะ
- ซีอิ๊วขาว 1 ช้อนโต๊ะ
- น้ำมันงา 1 ช้อนโต๊ะ

คำแนะนำ:

a) ตั้งกระทะบนไฟร้อนปานกลางจนหยดน้ำร้อนฉ่าและระเหยเมื่อสัมผัส เทน้ำมันพืชลงไปและหมุนให้เคลือบฐานกระทะ ปรุงรสน้ำมันโดยใส่เกลือเล็กน้อย เพิ่มไข่และคนอย่างรวดเร็ว

b) ดันไข่ไปที่ด้านข้างของกระทะเพื่อสร้างวงแหวนตรงกลาง แล้วใส่กุ้ง ขิง และกระเทียมเข้าด้วยกัน ผัดกุ้งกับเกลือเล็กน้อยเป็นเวลา 2 ถึง 3 นาทีจนกุ้งเปลี่ยนเป็นสีขาวขุ่นและเป็นสีชมพู ใส่ถั่วลันเตา แครอท และต้นหอมครึ่งหัว ผัดต่ออีก 1 นาที

c) ใส่ข้าว ทุบให้ก้อนใหญ่ๆ แตกออก แล้วโยนและกลับด้านเพื่อให้ส่วนผสมทั้งหมดเข้ากัน ผัดเป็นเวลา 1 นาที จากนั้นดันไปด้านข้างกระทะโดยเหลือบ่อน้ำไว้ที่ก้นกระทะ

d) ใส่เนยและซีอิ๊วขาว คนให้เนยละลายและเกิดฟอง จากนั้นคลุกทุกอย่างให้เข้ากันประมาณ 30 วินาที

e) กระจายข้าวผัดเป็นชั้นเท่า ๆ กันในกระทะและปล่อยให้ข้าวนั่งกับกระทะประมาณ 2 นาทีเพื่อให้กรอบขึ้นเล็กน้อย ราดด้วยน้ำมันงาและปรุงรสด้วยเกลืออีกเล็กน้อย ตักใส่จานเสิร์ฟทันที ตกแต่งด้วยต้นหอมที่เหลือ

79. ข้าวผัดปลาเทร้ารมควัน

วัตถุดิบ:

- 2 ไข่ขนาดใหญ่
- น้ำมันงา 1 ช้อนชา
- เกลือโคเชอร์
- พริกไทยขาวป่น
- ซีอิ๊วขาว 1 ช้อนโต๊ะ
- น้ำตาล ½ ช้อนชา
- เนยใสหรือน้ำมันพืช 3 ช้อนโต๊ะ แบ่งไว้
- 1 ช้อนชา ขิงสดปอกเปลือกสับละเอียด
- 2 กลีบกระเทียมสับละเอียด
- ข้าวสวยเย็น 3 ถ้วยตวง
- ปลาเทราต์รมควัน 4 ออนซ์ หั่นเป็นชิ้นขนาดพอดีคำ
- หัวใจหั่นบาง ๆ ½ถ้วยของผักกาดโรเมน
- 2 ต้นหอมหั่นบาง ๆ
- งาขาว ½ ช้อนชา

คำแนะนำ:

a) ในชามใบใหญ่ ตีไข่กับน้ำมันงาและเกลือและพริกไทยขาวอย่างละหยิบมือจนเข้ากัน ในชามขนาดเล็ก ผัดซีอิ๊วขาวและน้ำตาลให้เข้ากันเพื่อให้น้ำตาลละลาย พักไว้

b) ตั้งกระทะบนไฟร้อนปานกลางจนหยดน้ำร้อนฉ่าและระเหยเมื่อสัมผัส เทเนยใส 1 ช้อนโต๊ะลงไป คลุกให้ทั่วฐานกระทะ ใส่ไข่ที่ผสมแล้ว ใช้ตะหลิวกันความร้อน หมุนและเขย่าไข่ให้สุก โอนไข่ลงในจานเมื่อสุกแต่ไม่แห้ง

c) ใส่เนยใสที่เหลืออีก 2 ช้อนโต๊ะลงในกระทะ พร้อมกับขิงและกระเทียม ผัดอย่างรวดเร็วจนกระเทียมและขิงมีกลิ่นหอม แต่ระวังอย่าให้ไหม้ ใส่ข้าวและถั่วเหลืองลงไปผัดให้เข้ากัน ผัดต่อไปประมาณ 3 นาที ใส่ปลาเทราต์และไข่ที่ปรุงแล้วลงไปผัดให้แตกประมาณ 20 วินาที ใส่ผักกาดหอมและต้นหอมลงไปผัดจนเป็นสีเขียวสด

d) ถ่ายโอนไปยังจานเสิร์ฟและโรยด้วยงา

80. ข้าวผัดหมูเค็มกระป๋อง

วัตถุดิบ:

- น้ำมันพืช 1 ช้อนโต๊ะ
- ขิงสดปอกเปลือก 2 ชิ้น
- เกลือโคเชอร์
- สแปม 1 กระป๋อง (12 ออนซ์) ตัดเป็นก้อนขนาด ½ นิ้ว
- หัวหอมขาว ½ หัว หั่นเป็นลูกเต๋าขนาด ¼ นิ้ว
- 2 กลีบกระเทียมสับละเอียด
- ถั่วลันเตาและแครอทแช่แข็ง ½ ถ้วย
- 2 ต้นหอมหั่นบาง ๆ แบ่ง
- ข้าวสวยเย็น 3 ถ้วยตวง
- ชิ้นสับปะรดกระป๋อง ½ ถ้วย น้ำผลไม้สำรอง
- เนยจืด 3 ช้อนโต๊ะ
- ซีอิ๊วขาว 2 ช้อนโต๊ะ
- ศรีราชา 1 ช้อนชา
- 1 ช้อนชา น้ำตาลทรายแดง
- น้ำมันงา 1 ช้อนโต๊ะ

คำแนะนำ:

a) ตั้งกระทะบนไฟร้อนปานกลางจนหยดน้ำร้อนฉ่าและระเหยเมื่อสัมผัส เทน้ำมันพืชลงไปและหมุนให้เคลือบฐานกระทะ ปรุงรสน้ำมันโดยใส่ขิงและเกลือเล็กน้อย ปล่อยให้ขิงร้อนฉ่าในน้ำมันประมาณ 30 วินาที หมุนวนเบาๆ

b) ใส่สแปมที่หั่นเป็นลูกเต๋าแล้วเกลี่ยให้ทั่วก้นกระทะ ปล่อยให้สแปมลุกลามก่อนที่จะโยนและพลิก ผัดสแปมต่อไปประมาณ 5 ถึง 6 นาที จนสแปมเปลี่ยนเป็นสีทองและกรอบทุกด้าน

c) ใส่หัวหอมและกระเทียมลงไปผัดประมาณ 2 นาที จนหัวหอมเริ่มโปร่งแสง ใส่ถั่วลันเตาและแครอทและต้นหอมครึ่งหัว ผัดต่ออีกสักครู่

d) โยนข้าวและสับปะรดลงไป ทุบข้าวก้อนใหญ่ๆ ให้แตกออก แล้วพลิกกลับด้านเพื่อให้ส่วนผสมทั้งหมดเข้ากัน ผัดเป็นเวลา 1 นาที จากนั้นดันไปด้านข้างกระทะโดยเหลือบ่อน้ำไว้ที่ก้นกระทะ

e) ใส่เนย น้ำสับปะรด ซีอิ๊วขาว ศรีราชา และน้ำตาลทรายแดง คนให้น้ำตาลละลายและนำซอสไปต้ม จากนั้นปรุงประมาณหนึ่งนาทีเพื่อลดซอสและข้นขึ้นเล็กน้อย รวมทุกอย่างเพื่อเคลือบประมาณ 30 วินาที

f) เกลี่ยข้าวผัดในกระทะเป็นชั้นเท่าๆ กัน ปล่อยให้ข้าวติดกับกระทะเพื่อให้กรอบขึ้นเล็กน้อย ประมาณ 2 นาที นำขิงออกและทิ้ง ราดด้วยน้ำมันงาและปรุงรสด้วยเกลืออีกเล็กน้อย ถ่ายโอนไปยังจานและประดับด้วยต้นหอมที่เหลือ เสิร์ฟทันที

วัตถุดิบ:

- ข้าวหอมมะลิ 1½ ถ้วยตวง
- ลิงค์ lap Cheung (ไส้กรอกจีน) 4 ชิ้นหรือ chorizo สเปน
- หัวผักกาดกวางตุ้ง 4 ชิ้น แต่ละชิ้นหั่นเป็น 6 ชิ้น
- น้ำมันพืช ¼ ถ้วยตวง
- หอมแดงขนาดเล็ก 1 ชิ้นหั่นบาง ๆ
- ขิงสดขนาด 1 นิ้ว ปอกเปลือกและสับละเอียด
- กระเทียม 1 กลีบ ปอกเปลือกและสับละเอียด
- ซีอิ๊วขาว 2 ช้อนชา
- ซีอิ๊วดำ 1 ช้อนโต๊ะ
- ไวน์ข้าว Shaoxing 2 ช้อนชา
- น้ำมันงา 1 ช้อนชา
- น้ำตาล

คำแนะนำ:

a) ในชามผสม ล้างและซาวข้าว 3 หรือ 4 ครั้งในน้ำเย็น หวดข้าวในน้ำเพื่อล้างแป้งออก ปิดข้าวด้วยน้ำเย็นแล้วแช่ไว้ 2 ชั่วโมง ระบายข้าวผ่านกระชอนตาถี่

b) ล้างตะกร้าหวดไม้ไผ่สองใบและปิดฝาด้วยน้ำเย็น แล้ววางตะกร้าใบหนึ่งลงในกระทะ เทน้ำลงไป 2 นิ้ว หรือพอให้ระดับน้ำอยู่เหนือขอบด้านล่างของหม้อนึ่ง ¼ ถึง ½ นิ้ว แต่ไม่สูงจนน้ำแตะก้นหม้อนึ่ง

c) ปูจานด้วยผ้าขาวบางแล้วใส่ข้าวที่แช่ไว้ครึ่งหนึ่งลงในจาน วางไส้กรอก 2 ชิ้นและผักกวางตุ้งครึ่งหนึ่งไว้ด้านบน แล้วมัดผ้าขาวม้าหลวมๆ เพื่อให้มีที่ว่างรอบๆ ข้าวเพื่อให้ข้าวขยายตัวได้ วางจานลงในตะกร้านึ่ง ทำขั้นตอนนี้ซ้ำกับจานอีกใบ ผ้าอีกผืน ไส้กรอกและผักกวางตุ้งที่เหลือในตะกร้านึ่งใบที่สอง จากนั้นวางซ้อนกันบนถาดแรกแล้วปิดฝา

d) เปิดความร้อนสูงปานกลางแล้วต้มน้ำ นึ่งข้าวเป็นเวลา 20 นาที ตรวจสอบระดับน้ำบ่อยๆ และเติมเพิ่มตามต้องการ

e) ขณะที่ข้าวกำลังนึ่ง ให้ตั้งน้ำมันพืชบนไฟร้อนปานกลางในกระทะใบเล็กจนเริ่มมีควันขึ้น ปิดไฟแล้วใส่หอมแดง ขิง และกระเทียมลงไป ผัดให้เข้ากันแล้วเติมซีอิ๊วขาว ซีอิ๊วดำ ไวน์ข้าว น้ำมันงา และน้ำตาลเล็กน้อย พักไว้ให้เย็น

f) เมื่อข้าวพร้อมแล้ว ให้ค่อยๆ ปลดผ้าขาวบางออกแล้วย้ายข้าวและผักกวางตุ้งใส่จาน

หั่นไส้กรอกเป็นแนวทแยงแล้ววางบนข้าว
เสิร์ฟพร้อมกับน้ำมันถั่วเหลืองขิงที่ด้านข้าง

81. ก๋วยเตี๋ยวเนื้อ

วัตถุดิบ:

- เคล็ดลับเนื้อสันนอกเนื้อ ¾ ปอนด์หั่นบาง ๆ ทั่วเมล็ดข้าว
- เบกกิ้งโซดา 2 ช้อนชา
- ไวน์ข้าว Shaoxing 4 ช้อนโต๊ะ แบ่ง
- ซีอิ๊วขาว 4 ช้อนโต๊ะแบ่ง
- แป้งข้าวโพด 2 ช้อนชา แบ่งไว้
- น้ำตาล 1 ช้อนชา
- พริกไทยดำบดสด
- น้ำมันพืช 3 ช้อนโต๊ะแบ่ง
- ผงพะโล้จีน 2 ช้อนชา
- ขิงสดปอกเปลือก 4 ชิ้น
- กระเทียม 2 กลีบ ปอกเปลือกแล้วทุบ
- 4 ถ้วยน้ำซุปเนื้อ
- บะหมี่จีนแห้ง ½ ปอนด์ (ชนิดใดก็ได้)
- หัวผักกาดกวางตุ้ง 2 หัว ผ่าสี่ส่วน
- น้ำมันต้นหอม-ขิง 1 ช้อนโต๊ะ

คำแนะนำ:

a) ในชามใบเล็ก โยนเนื้อกับเบกกิ้งโซดาแล้วปล่อยทิ้งไว้ 5 นาที ล้างเนื้อและซับให้แห้งด้วยกระดาษเช็ดมือ

b) ในชามอีกใบหนึ่ง โยนเนื้อกับไวน์ข้าว ซีอิ๊วขาว แป้งข้าวโพด น้ำตาล เกลือ และพริกไทย หมัก.

c) ในถ้วยตวงแก้ว ผสมไวน์ข้าว 3 ช้อนโต๊ะที่เหลือ ซีอิ๊วขาว 3 ช้อนโต๊ะ และแป้งข้าวโพด 1 ช้อนชา แล้วพักไว้

d) ตั้งกระทะบนไฟร้อนปานกลางจนหยดน้ำร้อนฉ่าและระเหยเมื่อสัมผัส เทน้ำมันพืช 2 ช้อนโต๊ะ ลงไปคลุกให้ทั่วฐานกระทะ ใส่เนื้อและผงเครื่องเทศ 5 ชนิดแล้วปรุงเป็นเวลา 3 ถึง 4 นาที คลุกเป็นครั้งคราวจนเป็นสีน้ำตาลเล็กน้อย โอนเนื้อวัวไปยังชามที่สะอาดแล้วพักไว้

e) เช็ดกระทะให้สะอาดและนำกลับไปตั้งไฟปานกลาง ใส่น้ำมันพืชที่เหลืออีก 1 ช้อนโต๊ะแล้วหมุนให้เคลือบฐานกระทะ ใส่ขิง กระเทียม และเกลือเล็กน้อยเพื่อปรุงรสน้ำมัน ปล่อยให้ขิงและกระเทียมร้อนฉ่าในน้ำมันประมาณ 10 วินาที หมุนวนเบาๆ

f) เทซอสถั่วเหลืองลงไปแล้วนำไปต้ม เทน้ำซุปลงไปต้ม ลดลงจนเดือดปุด ๆ และนำเนื้อกลับลงไปในกระทะ หลนเป็นเวลา 10 นาที

g) ในขณะเดียวกันให้นำหม้อขนาดใหญ่ไปต้มบนไฟแรง เพิ่มบะหมี่และปรุงอาหารตามคำแนะนำในบรรจุภัณฑ์ ใช้พายพายตักบะหมี่ออกแล้วสะเด็ดน้ำ ใส่ผักกวางตุ้งลงในน้ำเดือดและปรุงเป็นเวลา 2 ถึง 3 นาทีจนเป็นสีเขียวสดใสและนุ่ม ตักผักกวางตุ้งออกมาใส่ชาม ใช้ที่คีบคลุกบะหมี่กับน้ำมันต้นหอม-ขิงให้ทั่ว แบ่งบะหมี่และผักกวางตุ้งลงในชามซุป

82. บะหมี่กระเทียม

วัตถุดิบ:

- บะหมี่ไข่จีนสด ½ ปอนด์ ปรุงสุก
- น้ำมันงา 2 ช้อนโต๊ะ แบ่งไว้
- น้ำตาลทรายแดง 2 ช้อนโต๊ะ
- ซอสหอยนางรม2ช้อนโต๊ะ
- ซีอิ๊วขาว 1 ช้อนโต๊ะ
- พริกไทยขาวป่น ½ ช้อนชา
- เนยจืด 6 ช้อนโต๊ะ
- 8 กลีบกระเทียมสับละเอียด
- 6 ต้นหอมหั่นบาง ๆ

คำแนะนำ:

a) ราดบะหมี่ด้วยน้ำมันงา 1 ช้อนโต๊ะแล้วคลุกให้ทั่ว พักไว้

b) ในชามขนาดเล็ก ผัดน้ำตาลทรายแดง ซอสหอยนางรม ซีอิ๊วขาว และพริกไทยขาวให้เข้ากัน พักไว้

c) ตั้งกระทะบนไฟร้อนปานกลางแล้วละลายเนย ใส่กระเทียมและหัวหอมครึ่งหนึ่ง ผัดเป็นเวลา 30 วินาที

d) เทซอสลงไปผัดให้เข้ากันกับเนยและกระเทียม
นำซอสไปเคี่ยวและเพิ่มบะหมี่
โยนเส้นบะหมี่ให้เคลือบด้วยซอสจนกว่าจะผ่านความร้อน

83. ก๋วยเตี๋ยวสิงคโปร์

วัตถุดิบ:

- เส้นหมี่แห้ง ½ ปอนด์
- กุ้งขนาดกลาง ½ ปอนด์ ปอกเปลือกและผ่าหลัง
- น้ำมันมะพร้าว 3 ช้อนโต๊ะแบ่ง
- เกลือโคเชอร์
- หัวหอมสีขาวขนาดเล็ก 1 หัว หั่นเป็นเส้นบาง ๆ
- พริกหยวกเขียว ½ ลูก หั่นเป็นเส้นบาง ๆ
- พริกหยวกแดง ½ ลูก หั่นเป็นเส้นบาง ๆ
- 2 กลีบกระเทียมสับละเอียด
- ถั่วลันเตาแช่แข็ง 1 ถ้วย ละลาย
- หมูย่างแบบจีน ½ ปอนด์ หั่นเป็นเส้นบางๆ
- ผงกะหรี่ 2 ช้อนชา
- พริกไทยดำบดสด
- น้ำมะนาวจากมะนาว 1 ลูก
- 8 ถึง 10 ก้านผักชีสด

คำแนะนำ:

a) นำหม้อน้ำขนาดใหญ่ไปต้มบนไฟแรง ปิดไฟแล้วใส่บะหมี่ลงไปแช่ประมาณ 4 ถึง 5 นาที จนบะหมี่มีสีขุ่น ระบายบะหมี่ในกระชอนอย่างระมัดระวัง ล้างบะหมี่ด้วยน้ำเย็นแล้วพักไว้

b) ในชามใบเล็ก ปรุงรสกุ้งด้วยน้ำปลา (ถ้าใช้) พักไว้ 5 นาที หากไม่ต้องการใช้น้ำปลา ให้ใช้เกลือเล็กน้อยปรุงรสกุ้งแทน

c) ตั้งกระทะบนไฟร้อนปานกลางจนหยดน้ำร้อนฉ่าและระเหยเมื่อสัมผัส เทน้ำมันมะพร้าว 2 ช้อนโต๊ะลงไป คลุกให้ทั่วฐานกระทะ ปรุงรสน้ำมันโดยใส่เกลือเล็กน้อย ใส่กุ้งลงไปผัดประมาณ 3 ถึง 4 นาที หรือจนกว่ากุ้งจะเปลี่ยนเป็นสีชมพู ถ่ายโอนไปยังชามที่สะอาดและพักไว้

d) เติมน้ำมันมะพร้าว 1 ช้อนโต๊ะที่เหลือลงไปคลุกให้ทั่วกระทะ ผัดหัวหอม พริกหยวก และกระเทียมเป็นเวลา 3 ถึง 4 นาที จนหัวหอมและพริกนิ่ม เพิ่มถั่วและผัดจนร้อนผ่านประมาณหนึ่งนาที

e) ใส่หมูและกุ้งกลับลงไปในกระทะ คลุกเคล้ากับผงกระหรี่และปรุงรสด้วยเกลือและพริกไทย ใส่บะหมี่ลงไปผัดให้เข้ากัน บะหมี่จะเปลี่ยนเป็นสีเหลืองทองสดใสเมื่อคุณค่อยๆ คลุกเคล้ากับส่วนผสมอื่นๆ ผัดและคนต่อไปประมาณ 2 นาที จนกว่าบะหมี่จะร้อน

f) โอนบะหมี่ไปยังจาน ฝนตกปรอยๆ ด้วยน้ำมะนาว และโรยหน้าด้วยผักชี เสิร์ฟทันที

84. วุ้นเส้นกับกะหล่ำปลี Napa

วัตถุดิบ:

- บะหมี่มันเทศแห้งหรือบะหมี่ถั่วเขียว ½ ปอนด์
- ซีอิ๊วขาว 2 ช้อนโต๊ะ
- ซีอิ้วดำ 2 ช้อนชา
- ซอสหอยนางรม 1 ช้อนโต๊ะ
- น้ำตาล 1 ช้อนชา
- น้ำมันพืช 2 ช้อนโต๊ะ
- ขิงสดปอกเปลือก 2 ชิ้น
- เกลือโคเชอร์
- พริกไทยเสฉวน 1 ช้อนชา
- กะหล่ำปลี Napa หัวเล็ก 1 หัว หั่นเป็นชิ้นขนาดพอดีคำ
- ถั่วเขียว ½ ปอนด์ หั่นและผ่าครึ่ง
- 3 ต้นหอมสับหยาบ

คำแนะนำ:

a) ในชามใบใหญ่ ลวกเส้นบะหมี่ให้นิ่มโดยแช่ในน้ำร้อนประมาณ 10 นาทีหรือจนนิ่ม ระบายบะหมี่ในกระชอนอย่างระมัดระวัง ล้างด้วยน้ำเย็นแล้วพักไว้

b) ในชามขนาดเล็ก ผสมซีอิ๊วขาว ซีอิ๊วดำ ซอสหอยนางรม และน้ำตาลเข้าด้วยกัน พักไว้

c) ตั้งกระทะบนไฟร้อนปานกลางจนหยดน้ำร้อนฉ่าและระเหยเมื่อสัมผัส เทน้ำมันลงไปคลุกให้ทั่วฐานกระทะ ปรุงรสน้ำมันโดยใส่ขิง เกลือเล็กน้อย และพริกไทยเสฉวน ปล่อยให้ขิงร้อนฉ่าในน้ำมันประมาณ 30 วินาที หมุนวนเบาๆ ตักขิงและพริกไทยออกแล้วทิ้ง

d) ใส่กะหล่ำปลี Napa และถั่วเขียวลงในกระทะแล้วผัด โยนและพลิกประมาณ 3 ถึง 4 นาที จนกว่าผักจะเหี่ยว ใส่ซอสลงไปผัดให้เข้ากัน

e) ใส่บะหมี่และคลุกเคล้าให้เข้ากันกับซอสและผัก ปิดฝาและลดความร้อนลงเหลือปานกลาง ปรุงเป็นเวลา 2 ถึง 3 นาที หรือจนกว่าบะหมี่จะใสและถั่วเขียวนิ่ม

f) เพิ่มความร้อนสูงปานกลางและเปิดกระทะ ผัด คลุก และตักต่ออีก 1 ถึง 2 นาที จนซอสข้นขึ้นเล็กน้อย ถ่ายโอนไปยังจานและประดับด้วยต้นหอม เสิร์ฟร้อน

85. ก๋วยเตี๋ยวแคะ

วัตถุดิบ:

- บะหมี่แป้งสด ¾ ปอนด์
- น้ำมันงา 3 ช้อนโต๊ะแบ่ง
- ซีอิ๊วขาว 2 ช้อนโต๊ะ
- น้ำส้มสายชูข้าว 1 ช้อนโต๊ะ
- 2 ช้อนชา น้ำตาลทรายแดง
- ศรีราชา 1 ช้อนชา
- 1 ช้อนชา น้ำมันพริก
- เกลือโคเชอร์
- พริกไทยขาวป่น
- น้ำมันพืช 2 ช้อนโต๊ะ
- ขิงสดปอกเปลือกสับละเอียด 1 ช้อนโต๊ะ
- กะหล่ำปลีเขียว ½ หัว หั่นฝอย
- พริกหยวกแดง ½ ลูก หั่นเป็นเส้นบาง ๆ
- หัวหอมแดง ½ หัว หั่นเป็นเส้นบาง ๆ ตามแนวตั้ง
- แครอทขนาดใหญ่ 1 หัว ปอกเปลือกและหั่นเป็นชิ้น
- 2 กลีบกระเทียมสับละเอียด
- 4 ต้นหอมหั่นบาง ๆ

คำแนะนำ:

a) นำหม้อต้มน้ำและปรุงบะหมี่ตามคำแนะนำบนบรรจุภัณฑ์ สะเด็ดน้ำ ล้างแล้วคลุกกับน้ำมันงา 2 ช้อนโต๊ะ พักไว้

b) ในชามขนาดเล็กผัดซีอิ๊วขาวน้ำส้มสายชูข้าวน้ำตาลทรายแดงศรีราชาน้ำมันพริกและเกลือและพริกไทยขาวอย่างละหยิบมือ พักไว้

c) ตั้งกระทะบนไฟร้อนปานกลางจนหยดน้ำร้อนฉ่าและระเหยเมื่อสัมผัส เทน้ำมันพืชลงไปและหมุนให้เคลือบฐานกระทะ
ปรุงรสน้ำมันโดยใส่ขิงและเกลือเล็กน้อย
ปล่อยให้ขิงร้อนฉ่าในน้ำมันประมาณ 10 วินาที หมุนวนเบาๆ

d) ใส่กะหล่ำปลี พริกหยวก หัวหอม และแครอท แล้วผัดประมาณ 4 ถึง 5 นาที หรือจนกว่าผักจะนิ่มและหัวหอมเริ่มเป็นคาราเมลเล็กน้อย ใส่กระเทียมลงไปผัดจนหอม อีกประมาณ 30 วินาที ผัดส่วนผสมของซอสแล้วนำไปต้ม
ลดความร้อนลงเป็นปานกลางและเคี่ยวซอสประมาณ 1 ถึง 2 นาที ใส่ต้นหอมลงไปผัดให้เข้ากัน

e) ใส่บะหมี่ลงไปผัดให้เข้ากัน เพิ่มความร้อนสูงปานกลางและผัดประมาณ 1 ถึง 2 นาทีเพื่อให้บะหมี่ร้อน ตักใส่จาน โรยด้วยน้ำมันงาที่เหลืออีก 1 ช้อนโต๊ะ เสิร์ฟร้อนๆ

บทสรุป

สุดยอดตำราอาหารจีนซื้อกลับบ้าน ไม่ใช่แค่ตำราอาหาร แต่เป็นการเดินทางผ่านโลกแห่งอาหารจีนที่หลากหลายและมีรสชาติ ด้วยสูตรอาหาร 100 สูตรที่ชวนน้ำลายสอ โดยแต่ละสูตรมาพร้อมกับภาพสีสวยงาม ตำราอาหารเล่มนี้จึงให้แรงบันดาลใจและคำแนะนำในการทำซ้ำอาหารจีนที่คุณโปรดปรานที่บ้าน

ในขณะที่คุณสำรวจสูตรอาหารต่างๆ คุณจะค้นพบความลับเบื้องหลังรสชาติที่จัดจ้านและซับซ้อนของอาหารจีน คุณจะได้เรียนรู้วิธีใช้ส่วนผสมและเทคนิคแบบจีนดั้งเดิมเพื่อยกระดับการทำอาหารที่บ้านของคุณไปอีกขั้น

เมื่อคุณอ่านตำราอาหารเล่มนี้จบ คุณจะได้รับความชื่นชมใหม่สำหรับศิลปะการทำอาหารจีนและความเป็นไปได้ไม่รู้จบที่นำเสนอ ไม่ว่าคุณจะต้องการสร้างความประทับใจให้กับแขกที่มาทานอาหารมื้อค่ำของคุณหรือเพียงแค่เพลิดเพลินกับอาหารมื้ออร่อยกับครอบครัวของคุณ สุดยอดตำราอาหารจีนซื้อกลับบ้านจะกลายเป็นแหล่งข้อมูลอันมีค่าที่คุณจะกลับไปครั้งแล้วครั้งเล่า

CPSIA information can be obtained
at www.ICGtesting.com
Printed in the USA
LVHW081922220323
742311LV00009B/667

9 781783 572571